LET US LEARN GURMUKHI
ਆਓ ਗੁਰਮੁਖੀ ਪੜ੍ਹੀਏ

[AN EASY PRIMER FOR GURMUKHI LEARNING]

BOOK IV

READING PRACTICES

ਪੜ੍ਹਨਾ

Compiled by
SHAMSHER SINGH PURI

Singh Brothers
Amritsar

LET US LEARN GURMUKHI - BOOK IV

[An Easy Primer for Gurmukhi Learning]

Compiled by

SHAMSHER SINGH PURI

President

ACADEMY OF SIKH STUDIES INC.
5235 STERLING TRACE CT.
LILBURN, GA. 30047

ISBN 81-7205-303-7

First Edition : January 2004
Reprint :
March 2010, May 2012

Price : Rs. 70-00

Publishers :

Singh Brothers

•

Bazar Mai Sewan, Amritsar - 143 006

•

S.C.O. 223-24, City Centre, Amritsar - 143 001
E-mail : singhbro@vsnl.com
Website : www.singhbrothers.com

Printers :
PRINTWELL, 146, INDUSTRIAL FOCAL POINT, AMRITSAR.

Contents

Introduction

Congratulations......After having learnt basics of Punjabi speaking, Gurmukhi writing and word building in the first three books you are ready to start reading practice and prepare yourself for reading *Guru Granth Sahib* and other literature about Sikhism, in Gurmukhi. These small stories (*Sakhis*) from Guru Nanak Dev Ji's life will give you a good start. Read them and try to understand them and practice reading these stories loud so that the pronunciation also becomes clear.

Shamsher Singh Puri
President,
Academy of Sikh Studies Inc.
5235 Sterling Trace Ct.
Lilburn, GA. 30047

ਇਕ ਅਰਦਾਸ

ਅਸੀਂ ਅਰਦਾਸ ਕਰਦੇ ਹਾਂ, ਮਿਹਰ ਦੀ ਆਸ ਕਰਦੇ ਹਾਂ।
ਮਿਹਰ ਦੀ ਆਸ ਕਰਦੇ ਹਾਂ, ਅਸੀਂ ਅਰਦਾਸ ਕਰਦੇ ਹਾਂ।

ਸੋਹਣੀ ਸਿਹਤ ਦੇਈਂ ਤੂੰ ਰੱਬਾ, ਚੰਗੀ ਬੁੱਧੀ ਦੇਈਂ ਤੂੰ ਰੱਬਾ।
ਅਸੀਂ ਅਰਦਾਸ ਕਰਦੇ ਹਾਂ, ਮਿਹਰ ਦੀ ਆਸ ਕਰਦੇ ਹਾਂ।

ਵਿੱਦਿਆ ਦਾਨ ਦੇਈਂ ਤੂੰ ਰੱਬਾ, ਚੰਗੇ ਕੰਮ ਕਰਾਈਂ ਤੂੰ ਰੱਬਾ।
ਅਸੀਂ ਅਰਦਾਸ ਕਰਦੇ ਹਾਂ, ਮਿਹਰ ਦੀ ਆਸ ਕਰਦੇ ਹਾਂ।

ਮਾਤਾ ਪਿਤਾ ਦੀ ਸੇਵਾ ਕਰੀਏ, ਛੋਟਿਆਂ ਵੱਡਿਆਂ ਨੂੰ ਪਿਆਰ ਕਰੀਏ।
ਅਸੀਂ ਅਰਦਾਸ ਕਰਦੇ ਹਾਂ, ਮਿਹਰ ਦੀ ਆਸ ਕਰਦੇ ਹਾਂ।

ਸੱਚ ਦਾ ਗਿਆਨ ਕਰਾਈਂ ਤੂੰ ਰੱਬਾ, ਮਿੱਠੇ ਬੋਲ ਬੁਲਾਈਂ ਤੂੰ ਰੱਬਾ।
ਅਸੀਂ ਅਰਦਾਸ ਕਰਦੇ ਹਾਂ, ਮਿਹਰ ਦੀ ਆਸ ਕਰਦੇ ਹਾਂ।

ਨਾਮ ਦਾ ਦਾਨ ਦੇਈਂ ਤੂੰ ਰੱਬਾ, ਮਿਹਰ ਦਾ ਹੱਥ ਰੱਖੀਂ ਤੂੰ ਰੱਬਾ।
ਅਸੀਂ ਅਰਦਾਸ ਕਰਦੇ ਹਾਂ, ਮਿਹਰ ਦੀ ਆਸ ਕਰਦੇ ਹਾਂ।

ਪਾਠ 1

ਗੁਰੂ ਤੇ ਸਿੱਖ

ਇਸ ਪਾਠ ਵਿਚ ਆਏ ਮੁਸ਼ਕਲ ਸ਼ਬਦਾਂ ਨੂੰ ਬੋਲਣਾ ਤੇ ਉਹਨਾਂ ਦੇ ਮਤਲਬ ਸਿੱਖੋ।

ਧਰਮ	duty/religion	ਭਗਤੀ	worship	ਸਰੂਪ	embodiment
ਹੁਕਮ	order	ਉਪਦੇਸ਼	teachings	ਅਕਾਲ ਚਲਾਣਾ	pass away
ਦਾੜ੍ਹੀ	beard	ਕੇਸ	uncut hair	ਮੌਜੂਦਾ	current
ਜੋਤ	light	ਮਰਦ	man	ਨਿਸ਼ਾਨੀਆਂ	symbols

ਸ੍ਰੀ ਗੁਰੂ ਨਾਨਕ ਦੇਵ ਜੀ ਸਿੱਖਾਂ ਦੇ ਪਹਿਲੇ ਗੁਰੂ ਸਨ। ਗੁਰੂ ਜੀ ਨੇ ਆਪਣੇ ਸਿੱਖਾਂ ਨੂੰ ਧਰਮ ਦਾ ਰਾਹ ਦੱਸਿਆ ਅਤੇ ਭਗਤੀ ਕਰਨ ਦੀ ਜਾਚ ਦੱਸੀ। ਜੋ ਲੋਕ ਗੁਰੂ ਨਾਨਕ ਦੇਵ ਜੀ ਦਾ ਉਪਦੇਸ਼ ਸੁਣਦੇ ਅਤੇ ਮੰਨਦੇ ਹਨ, ਉਹ ਸਿੱਖ ਹਨ। ਸਿੱਖਾਂ ਦੇ ਦਸ ਗੁਰੂ ਹੋਏ ਹਨ। ਉਹਨਾਂ ਦੇ ਨਾਂ ਹੇਠ ਲਿਖੇ ਹਨ :

1. ਪਹਿਲੀ ਪਾਤਿਸ਼ਾਹੀ ਸ੍ਰੀ ਗੁਰੂ ਨਾਨਕ ਦੇਵ ਜੀ
2. ਦੂਜੀ ਪਾਤਿਸ਼ਾਹੀ ਸ੍ਰੀ ਗੁਰੂ ਅੰਗਦ ਦੇਵ ਜੀ
3. ਤੀਜੀ ਪਾਤਿਸ਼ਾਹੀ ਸ੍ਰੀ ਗੁਰੂ ਅਮਰ ਦਾਸ ਜੀ
4. ਚੌਥੀ ਪਾਤਿਸ਼ਾਹੀ ਸ੍ਰੀ ਗੁਰੂ ਰਾਮਦਾਸ ਜੀ
5. ਪੰਜਵੀਂ ਪਾਤਿਸ਼ਾਹੀ ਸ੍ਰੀ ਗੁਰੂ ਅਰਜਨ ਦੇਵ ਜੀ
6. ਛੇਵੀਂ ਪਾਤਿਸ਼ਾਹੀ ਸ੍ਰੀ ਗੁਰੂ ਹਰਿਗੋਬਿੰਦ ਜੀ
7. ਸਤਵੀਂ ਪਾਤਿਸ਼ਾਹੀ ਸ੍ਰੀ ਗੁਰੂ ਹਰਿਰਾਇ ਜੀ
8. ਅਠਵੀਂ ਪਾਤਿਸ਼ਾਹੀ ਸ੍ਰੀ ਗੁਰੂ ਹਰਿਕ੍ਰਿਸ਼ਨ ਜੀ
9. ਨੌਵੀਂ ਪਾਤਿਸ਼ਾਹੀ ਸ੍ਰੀ ਗੁਰੂ ਤੇਗ ਬਹਾਦਰ ਜੀ
10. ਦਸਵੀਂ ਪਾਤਿਸ਼ਾਹੀ ਸ੍ਰੀ ਗੁਰੂ ਗੋਬਿੰਦ ਸਿੰਘ ਜੀ

ਗੁਰੂ ਗ੍ਰੰਥ ਸਾਹਿਬ ਜੀ ਸਾਡੇ ਮੌਜੂਦਾ ਗੁਰੂ ਹਨ। ਇਹਨਾਂ ਨੂੰ ਦਸ ਪਾਤਿਸ਼ਾਹੀਆਂ ਦੀ ਜੋਤ ਜਾਂ ਸਰੂਪ ਕਹਿੰਦੇ ਹਨ। ਗੁਰੂ ਗੋਬਿੰਦ ਸਿੰਘ ਜੀ ਨੇ ਸਿੱਖਾਂ ਨੂੰ ਇਹ ਹੁਕਮ ਕੀਤਾ ਸੀ ਕਿ ਉਹਨਾਂ ਦੇ ਅਕਾਲ ਚਲਾਣਾ ਕਰਨ ਤੋਂ ਬਾਦ ਸਭ ਸਿੱਖ ਗੁਰੂ ਗ੍ਰੰਥ ਸਾਹਿਬ ਜੀ ਨੂੰ ਗੁਰੂ ਸਮਝਣ।

ਸਿੱਖਾਂ ਦੀਆਂ ਕਈ ਨਿਸ਼ਾਨੀਆਂ ਹਨ। ਸਿੱਖਾਂ ਦੀ ਆਪਣੀ ਹੀ ਪਛਾਣ ਹੈ। ਸਿੱਖ ਮਰਦਾਂ ਦੇ ਸਿਰ 'ਤੇ ਦਸਤਾਰ ਅਤੇ ਮੂੰਹ 'ਤੇ ਦਾੜ੍ਹੀ ਹੁੰਦੀ ਹੈ। ਹਰ ਸਿੱਖ ਨੂੰ ਕੇਸਾਂ ਵਿਚ ਕੰਘਾ, ਹੱਥ 'ਚ ਕੜਾ, ਲੱਕ 'ਤੇ ਕਛਹਿਰਾ ਅਤੇ ਗਲ ਵਿਚ ਕ੍ਰਿਪਾਨ ਰੱਖਣੀ ਚਾਹੀਦੀ ਹੈ। ਇਹ ਇਕ ਸਿੱਖ ਦੀਆਂ ਪੰਜ ਨਿਸ਼ਾਨੀਆਂ ਹਨ। ਇਹ ਪੰਜੇ ਚੀਜ਼ਾਂ ਹੀ 'ਕ' ਦੀ ਆਵਾਜ਼ ਨਾਲ ਸ਼ੁਰੂ ਹੁੰਦੀਆਂ ਹਨ। ਇਸੇ ਲਈ ਕੇਸ, ਕੰਘਾ, ਕੜਾ, ਕ੍ਰਿਪਾਨ ਅਤੇ ਕਛਹਿਰੇ ਨੂੰ ਪੰਜ ਕਕਾਰ ਕਿਹਾ ਜਾਂਦਾ ਹੈ।

ਅਭਿਆਸ

1. ਇਹਨਾਂ ਸ਼ਬਦਾਂ ਲਈ ਤਸਵੀਰਾਂ ਬਣਾਓ :

   ਦਾੜ੍ਹੀ　　ਕੜਾ　　ਕ੍ਰਿਪਾਨ　　ਕੰਘਾ　　ਕਛਹਿਰਾ

2. ਸਿੱਖਾਂ ਦੀਆਂ ਕਿਹੜੀਆਂ ਪੰਜ ਨਿਸ਼ਾਨੀਆਂ ਹੁੰਦੀਆਂ ਹਨ ?

   ________ ________ ________ ________ ________

3. ਹੇਠ ਲਿਖੇ ਪ੍ਰਸ਼ਨਾਂ ਦੇ ਉੱਤਰ ਲਿਖੋ :

   ੧. ਸਿੱਖਾਂ ਦੇ ਪਹਿਲੇ ਗੁਰੂ ਕੌਣ ਸਨ ?

   ____

   ੨. ਗੁਰੂ ਨਾਨਕ ਦੇਵ ਜੀ ਨੇ ਆਪਣੇ ਸਿੱਖਾਂ ਨੂੰ ਕਿਹੜੀਆਂ ਦੋ ਗੱਲਾਂ ਦੱਸੀਆਂ ?

   ____

   ੩. ਕਿਸ ਗੁਰੂ ਸਾਹਿਬ ਨੇ ਸਿੱਖਾਂ ਨੂੰ ਇਹ ਹੁਕਮ ਕੀਤਾ ਸੀ ਕਿ ਉਹਨਾਂ ਦੇ ਅਕਾਲ ਚਲਾਣਾ ਕਰਨ ਤੋਂ ਬਾਦ ਸਭ ਸਿੱਖ ਗੁਰੂ ਗ੍ਰੰਥ ਸਾਹਿਬ ਨੂੰ ਗੁਰੂ ਸਮਝਣ ?

   ____

4. ਠੀਕ ਜਾਂ ਗ਼ਲਤ ?

   ੧. ਗੁਰੂ ਅਰਜਨ ਦੇਵ ਜੀ ਸਿੱਖਾਂ ਦੇ ਚੌਥੇ ਗੁਰੂ ਸਨ। ________

   ੨. ਗੁਰੂ ਤੇਗ ਬਹਾਦਰ ਜੀ ਸਿੱਖਾਂ ਦੇ ਨੌਵੇਂ ਗੁਰੂ ਸਨ। ________

   ੩. ਗੁਰੂ ਹਰਿਕ੍ਰਿਸ਼ਨ ਜੀ ਸਿੱਖਾਂ ਦੇ ਅੱਠਵੇਂ ਗੁਰੂ ਸਨ। ________

   ੪. ਪੰਜ ਕਕਾਰ 'ਕ' ਦੀ ਆਵਾਜ਼ ਨਾਲ ਸ਼ੁਰੂ ਹੁੰਦੇ ਹਨ। ________

   ੫. ਗੁਰੂ ਨਾਨਕ ਦੇਵ ਜੀ ਨੇ ਆਪਣੇ ਸਿੱਖਾਂ ਨੂੰ ਧਰਮ ਦਾ ਰਾਹ ਦਿਖਾਇਆ। ________

   ੬. ਸਿੱਖ ਉਹ ਹਨ, ਜੋ ਗੁਰੂ ਨਾਨਕ ਦਾ ਉਪਦੇਸ਼ ਮੰਨਦੇ ਹਨ। ________

ਸ਼ਬਦ-ਖੋਜ

ਹੇਠਾਂ ਲਿਖੇ ਸ਼ਬਦ ਲੱਭੋ :

ਗੁ	ਰੂ	ਨਾ	ਨ	ਕ	ਦੇ	ਵ	ਜੀ	ਗੁ	ਪਾ	ਨਿ	ਕਿ
ਰੂ	ਮ	ਨ	ਕ	ੜਾ	ਕ	ਨਿ	ਤ	ਰੂ	ਤਿ	ਸ਼ਾ	ਰ
ਗੋ	ਕੰ	ਘਾ	ਛ	ਸ	ੜ੍ਹਾ	ਸ਼ਾ	ਕੇ	ਗ੍ਰੰ	ਸ਼ਾ	ਨੀ	ਪਾ
ਬਿੰ	ਦਾ	ੜ੍ਹੀ	ਹਿ	ੜ	ਹ	ਨ	ਸ	ਥ	ਹੀ	ਆਂ	ਨ
ਦ	ਸ	ਤਾ	ਰਾ	ਕ	ਪ੍ਰ	ਸਾ	ਉ	ਸਾ	ਵਾ	ਜੋ	ਤ
ਸਿੰ	ਕ	ਕਾ	ਰ	ਸਿੱ	ਸ਼ਾ	ਹਿ	ਪ	ਹਿ	ਹਿ	ਗੁ	ਰੂ
ਘ	ਰੱ	ਬ	ਕ	ਖ	ਦਿ	ਬ	ਦੇ	ਬ	ਗੁ	ਰੂ	ਜੀ
ਜੀ	ਦ	ਸ	ਤਾ	ਰ	ਦੇ	ਨ	ਸ਼	ਜੀ	ਰੂ	ਦੂ	ਜੀ

ਗੁਰੂ ਨਾਨਕ ਦੇਵ ਜੀ ਗੁਰੂ ਗ੍ਰੰਥ ਸਾਹਿਬ ਜੀ ਗੁਰੂ ਜੀ

ਦਸਤਾਰ ਵਾਹਿਗੁਰੂ ਪਾਤਿਸ਼ਾਹੀ ਸਿੱਖ ਨਿਸ਼ਾਨੀਆਂ

ਕੜਾਹ ਪ੍ਰਸ਼ਾਦਿ ਕੇਸ ਕਛਹਿਰਾ ਕੰਘਾ ਕੜਾ

ਕਿਰਪਾਨ ਉਪਦੇਸ਼ ਨਿਸ਼ਾਨ ਸਾਹਿਬ ਦਾੜ੍ਹੀ ਕਕਾਰ

ਕੀ ਤੁਸੀਂ ਕੋਈ ਹੋਰ ਪੰਜਾਬੀ ਦੇ ਸ਼ਬਦ ਲੱਭ ਸਕਦੇ ਹੋ ?

____

ਪਾਠ 2

ਗੁਰੂ ਨਾਨਕ ਦੇਵ ਜੀ ਦਾ ਬਚਪਨ

ਇਸ ਪਾਠ ਵਿਚ ਆਏ ਮੁਸ਼ਕਲ ਸ਼ਬਦਾਂ ਨੂੰ ਬੋਲਣਾ ਤੇ ਉਹਨਾਂ ਦੇ ਮਤਲਬ ਸਿੱਖੋ।

ਜਨਮ	birth	ਪੂਰਨਮਾਸ਼ੀ	full moon night	ਚਿਹਰਾ	face
ਜ਼ਿਲ੍ਹਾ	district	ਵੱਡੀ	older	ਭੇਜਿਆ	sent
ਦਿਸ਼ਾ	direction	ਹੁਸ਼ਿਆਰੀ	smartness	ਨਜ਼ਾਰਾ	scene
ਹੈਰਾਨ	surprised	ਰੱਬੀ	divine	ਖੁੱਡ	hole
ਦੁਨੀਆ	world	ਫੱਟੀ	wooden board	ਉਸਤਤ	praise
ਧੁੱਪ	sunlight	ਸੁਭਾਅ	nature	ਕੋਮਲ	gentle
ਪਰਛਾਵਾਂ	shadow	ਪਾਂਧਾ	teacher	ਚਰਨਾ	graze
ਫ਼ਨੀਅਰ ਸੱਪ	cobra	ਫ਼ਨ	hood	ਸੁਭਾਅ	nature

ਗੁਰੂ ਨਾਨਕ ਦੇਵ ਜੀ ਦਾ ਜਨਮ ਰਾਇ ਭੋਇ ਦੀ ਤਲਵੰਡੀ ਵਿਚ ਕੱਤਕ ਦੀ ਪੂਰਨਮਾਸ਼ੀ ਨੂੰ ਸੰਨ 1469 ਵਿਚ ਹੋਇਆ। ਇਹ ਥਾਂ ਅੱਜ-ਕੱਲ ਪਾਕਿਸਤਾਨ ਦੇ ਜ਼ਿਲ੍ਹਾ ਸ਼ੇਖ਼ੂਪੁਰਾ ਵਿਚ ਹੈ ਅਤੇ ਹੁਣ ਇਸ ਥਾਂ ਨੂੰ ਨਨਕਾਣਾ ਸਾਹਿਬ ਕਿਹਾ ਜਾਂਦਾ ਹੈ। ਗੁਰੂ ਜੀ ਦੀ ਮਾਤਾ ਦਾ ਨਾਂ ਮਾਤਾ ਤ੍ਰਿਪਤਾ ਅਤੇ ਪਿਤਾ ਦਾ ਨਾਂ ਮਹਿਤਾ ਕਾਲੂ ਸੀ। ਉਹਨਾਂ ਦੀ ਇਕ ਵੱਡੀ ਭੈਣ ਵੀ ਸੀ। ਉਹਨਾਂ ਦਾ ਨਾਂ ਬੇਬੇ ਨਾਨਕੀ ਸੀ।

ਗੁਰੂ ਨਾਨਕ ਦੇਵ ਜੀ ਜਦੋਂ ਪੰਜ ਸਾਲ ਦੇ ਹੋਏ ਤਾਂ ਉਹਨਾਂ ਨੂੰ ਸਕੂਲ ਪੜ੍ਹਨ ਲਈ ਭੇਜਿਆ ਗਿਆ। ਗੁਰੂ ਜੀ ਨੇ ਪਹਿਲੇ ਦਿਨ ਹੀ ਆਪਣੀ ਹੁਸ਼ਿਆਰੀ ਨਾਲ ਪਾਂਧੇ ਨੂੰ ਹੈਰਾਨ ਕਰ ਦਿੱਤਾ। ਪਾਂਧੇ ਨੇ ਫੱਟੀ ਉੱਤੇ ਗੁਰੂ ਜੀ ਨੂੰ ਪੈਂਤੀ ਅੱਖਰੀ ਲਿਖ ਕੇ ਦਿੱਤੀ ਤਾਂ ਕਿ ਗੁਰੂ ਜੀ ਲਿਖਣ ਦਾ ਅਭਿਆਸ ਕਰ ਸਕਣ। ਗੁਰੂ ਜੀ ਨੇ ਪੈਂਤੀ ਅੱਖਰੀ ਨਾਲ ਰੱਬ ਦੀ ਉਸਤਤ ਲਿਖ ਕੇ ਫੱਟੀ ਭਰ ਦਿੱਤੀ। ਅਗਲੇ ਦਿਨ ਗੁਰੂ ਜੀ ਫਿਰ ਸਕੂਲ ਗਏ, ਪਰ ਚੁੱਪ ਕਰ ਕੇ ਬੈਠ ਗਏ। ਪਾਂਧੇ ਨੇ ਪੁੱਛਿਆ, "ਨਾਨਕ! ਤੂੰ ਪੜ੍ਹਦਾ ਕਿਉਂ ਨਹੀਂ?" ਗੁਰੂ ਜੀ ਨੇ ਕਿਹਾ, "ਪਾਂਧਾ ਜੀ! ਤੁਸੀਂ ਕੀ ਪੜ੍ਹਿਆ ਹੈ, ਜੋ ਤੁਸੀਂ ਮੈਨੂੰ ਪੜ੍ਹਾਉਣਾ ਚਾਹੁੰਦੇ ਹੋ?" ਤਾਂ ਪਾਂਧੇ ਨੇ ਕਿਹਾ, "ਮੈਂ ਵੇਦ, ਸ਼ਾਸਤਰ ਪੜ੍ਹਨੇ ਤੇ ਪੈਸੇ

ਦਾ ਹਿਸਾਬ ਰੱਖਣਾ ਪੜ੍ਹਿਆ ਹੈ।" ਗੁਰੂ ਨਾਨਕ ਬੋਲੇ, "ਇਹ ਸਭ ਗੱਲਾਂ ਮੇਰੇ ਕਿਸੇ ਕੰਮ ਨਹੀਂ। ਤੁਸੀਂ ਜੇਕਰ ਮੈਨੂੰ ਪੜ੍ਹਾਉਣਾ ਹੈ ਤਾਂ ਰੱਬ ਦੀ ਗੱਲ ਪੜ੍ਹਾਓ।"

ਪਾਂਧੇ ਨੇ ਗੁਰੂ ਜੀ ਅੱਗੇ ਸਿਰ ਝੁਕਾ ਦਿੱਤਾ। ਗੁਰੂ ਜੀ ਨੂੰ ਉਹਨਾਂ ਦੇ ਪਿਤਾ ਕੋਲ ਲੈ ਆਇਆ ਅਤੇ ਆਖਣ ਲੱਗਾ, "ਮਹਿਤਾ ਕਾਲੂ ਜੀ, ਇਸ ਬੱਚੇ ਨੂੰ ਦੁਨੀਆ ਦੀਆਂ ਗੱਲਾਂ ਪੜ੍ਹਾਉਣ ਦਾ ਕੋਈ ਫ਼ਾਇਦਾ ਨਹੀਂ। ਇਹ ਤਾਂ ਦੁਨੀਆ ਨੂੰ ਰੱਬੀ ਗੱਲਾਂ ਪੜ੍ਹਾਉਣ ਲਈ ਆਇਆ ਹੈ।" ਇਸ ਦੇ ਬਾਵਜੂਦ ਮਹਿਤਾ ਕਾਲੂ ਜੀ ਬਹੁਤ ਨਿਰਾਸ਼ ਹੋਏ, ਕਿਉਂਕਿ ਉਹ ਹਾਲੇ ਗੁਰੂ ਜੀ ਨੂੰ ਇਕ ਛੋਟਾ ਬੱਚਾ ਹੀ ਸਮਝਦੇ ਸਨ। ਉਹ ਨਹੀਂ ਸਨ ਜਾਣਦੇ ਕਿ ਗੁਰੂ ਜੀ ਰਾਹੀਂ ਤਾਂ ਵਾਹਿਗੁਰੂ ਆਪ ਇਸ ਸੰਸਾਰ ਵਿਚ ਆਇਆ ਸੀ।

ਕਾਲੂ ਜੀ ਗੁਰੂ ਨਾਨਕ ਨੂੰ ਕੋਈ ਕੰਮ ਸਿਖਾਉਣਾ ਚਾਹੁੰਦੇ ਸਨ, ਇਸ ਲਈ ਉਹਨਾਂ ਨੂੰ ਮੱਝਾਂ ਦੀ ਰਖਵਾਲੀ ਕਰਨ ਲਈ ਖੇਤਾਂ ਵਿਚ ਭੇਜਣਾ ਸ਼ੁਰੂ ਕਰ ਦਿੱਤਾ। ਗੁਰੂ ਜੀ ਹਰ ਵੇਲੇ ਰੱਬ ਦਾ ਨਾਂ ਲੈਂਦੇ ਰਹਿੰਦੇ ਅਤੇ ਮੱਝਾਂ ਨੂੰ ਘਾਹ ਚਰਨ ਲਈ ਖੁੱਲ੍ਹਾ ਛੱਡ ਦੇਂਦੇ। ਮੱਝਾਂ ਹਰਾ-ਹਰਾ ਘਾਹ ਚਰਦੀਆਂ ਰਹਿੰਦੀਆਂ ਅਤੇ ਗੁਰੂ ਜੀ ਰੱਬ ਦੇ ਨਾਂ ਦਾ ਸੁਆਦ ਲੈਂਦੇ।

ਇਕ ਦਿਨ ਮੱਝਾਂ ਹਰਾ-ਹਰਾ ਘਾਹ ਚਰ ਰਹੀਆਂ ਸਨ ਅਤੇ ਗੁਰੂ ਜੀ ਅੱਖਾਂ ਮੀਟ ਕੇ ਰੱਬ ਦਾ ਨਾਮ ਜਪ ਰਹੇ ਸਨ। ਗੁਰੂ ਜੀ ਇਕ ਦਰੱਖ਼ਤ ਦੀ ਛਾਂ ਵਿਚ ਬੈਠੇ ਸਨ। ਨਾਮ ਜਪਦੇ ਜਪਦੇ ਗੁਰੂ ਜੀ ਨੂੰ ਨੀਂਦ ਆ ਗਈ। ਗੁਰੂ ਨਾਨਕ ਦੇਵ ਜੀ ਦਰੱਖ਼ਤ ਦੀ ਛਾਂ ਥੱਲੇ ਹੀ ਸੌਂ ਗਏ। ਪਰ ਸੂਰਜ ਦੀ ਧੁੱਪ ਗੁਰੂ ਜੀ ਦੇ ਚਿਹਰੇ 'ਤੇ ਪੈ ਰਹੀ ਸੀ। ਇਕ ਖੁੱਡ ਵਿੱਚੋਂ ਇਕ ਫ਼ਨੀਅਰ ਸੱਪ ਨਿਕਲਿਆ। ਉਸ ਨੇ ਆਪਣਾ ਫ਼ਨ ਖਿਲਾਰ ਕੇ ਗੁਰੂ ਜੀ ਦੇ ਚਿਹਰੇ 'ਤੇ ਛਾਂ ਕਰ ਦਿੱਤੀ। ਗੁਰੂ ਜੀ ਦਾ ਸੁਭਾਅ ਇੰਨਾ ਕੋਮਲ ਸੀ ਕਿ ਜਾਨਵਰ ਵੀ ਆਪ ਨੂੰ ਪਿਆਰ ਕਰਦੇ ਸਨ।

ਤਲਵੰਡੀ ਦੇ ਮੁਸਲਮਾਨ ਰਾਇ ਬੁਲਾਰ ਨੇ ਜਦ ਇਹ ਨਜ਼ਾਰਾ ਦੇਖਿਆ ਤਾਂ ਉਹ ਹੈਰਾਨ ਰਹਿ ਗਿਆ। ਗੁਰੂ ਜੀ ਨੂੰ ਰੱਬ ਦਾ ਰੂਪ ਮੰਨਣ ਲੱਗ ਪਿਆ। ਉਸ ਨੇ ਕਾਲੂ ਜੀ ਨੂੰ ਬੁਲਾਇਆ ਅਤੇ ਕਿਹਾ ਕਿ ਪਿਤਾ ਕਾਲੂ, ਗੁਰੂ ਨਾਨਕ ਨਾਲ ਕਦੀ ਗੁੱਸਾ ਨਾ ਕਰਨ। ਗੁਰੂ ਨਾਨਕ ਕੋਈ ਆਮ ਬਾਲਕ ਨਹੀਂ ਹਨ। ਉਹ ਤਾਂ ਰੱਬ ਦਾ ਹੀ ਰੂਪ ਹਨ।

ਇਕ ਦਿਨ ਫੇਰ, ਜਦ ਗੁਰੂ ਜੀ ਮੱਝਾਂ ਚਾਰ ਰਹੇ ਸਨ, ਤਾਂ ਉਹ ਫਿਰ ਉਸੇ ਦਰੱਖ਼ਤ ਥੱਲੇ ਸੌਂ ਗਏ। ਸ਼ਾਮ ਨੂੰ ਜਦ ਸੂਰਜ ਦੀ ਦਿਸ਼ਾ ਬਦਲੀ ਤਾਂ ਸਾਰੇ ਦਰੱਖ਼ਤਾਂ ਦੇ ਪਰਛਾਵੇਂ ਦੂਸਰੀ ਦਿਸ਼ਾ ਵਿਚ ਪੈ ਰਹੇ ਸਨ, ਪਰ ਜਿਸ ਦਰੱਖ਼ਤ ਹੇਠ ਗੁਰੂ ਜੀ ਸੁੱਤੇ ਹੋਏ ਸਨ, ਉਸ ਦਾ ਪਰਛਾਵਾਂ ਗੁਰੂ ਜੀ ਉੱਤੇ ਹਾਲੀ ਵੀ ਛਾਂ ਕਰ ਰਿਹਾ ਸੀ। ਰਾਇ ਬੁਲਾਰ ਨੇ ਇਹ ਵੀ ਨਜ਼ਾਰਾ ਦੇਖਿਆ ਅਤੇ ਗੁਰੂ ਜੀ ਅੱਗੇ ਫਿਰ ਸਿਰ ਨਿਵਾਇਆ।

ਅਭਿਆਸ

1. ਹੇਠਾਂ ਲਿਖੇ ਪ੍ਰਸ਼ਨਾਂ ਲਈ ਠੀਕ ਉੱਤਰ ਚੁਣੋ :
   ੧. ਗੁਰੂ ਨਾਨਕ ਦੇਵ ਜੀ ਦਾ ਪਾਂਧਾ ਉਹਨਾਂ ਨੂੰ ਸਕੂਲ ਤੋਂ ਵਾਪਸ ਕਿਉਂ ਲੈ ਆਇਆ ?
   (ੳ) ਗੁਰੂ ਜੀ ਨੂੰ ਦੁਨਿਆਵੀ ਗੱਲਾਂ ਪੜ੍ਹਨ ਵਿਚ ਕੋਈ ਦਿਲਚਸਪੀ ਨਹੀਂ ਸੀ।
   (ਅ) ਗੁਰੂ ਜੀ ਨੂੰ ਪੜ੍ਹਾਈ ਮੁਸ਼ਕਲ ਲੱਗੀ।
   (ੲ) ਗੁਰੂ ਜੀ ਦਾ ਸਕੂਲ ਵਿਚ ਕੋਈ ਦੋਸਤ ਨਹੀਂ ਸੀ।

   ੨. ਪਿਤਾ ਕਾਲੂ ਜੀ ਨੇ ਗੁਰੂ ਜੀ ਨੂੰ ਮੱਝਾਂ ਚਾਰਨ ਲਈ ਕਿਉਂ ਭੇਜਿਆ ?
   (ੳ) ਗੁਰੂ ਜੀ ਨੂੰ ਘਰ ਰਹਿਣਾ ਪਸੰਦ ਨਹੀਂ ਸੀ।
   (ਅ) ਗੁਰੂ ਜੀ ਨੂੰ ਮੱਝਾਂ ਪਸੰਦ ਸਨ।
   (ੲ) ਗੁਰੂ ਜੀ ਨੂੰ ਸਕੂਲ ਦੀ ਪੜ੍ਹਾਈ ਵਿਚ ਦਿਲਚਸਪੀ ਨਹੀਂ ਸੀ, ਇਸ ਲਈ ਪਿਤਾ ਕਾਲੂ ਉਹਨਾਂ ਨੂੰ ਕੋਈ ਕੰਮ ਸਿਖਾਉਣਾ ਚਾਹੁੰਦੇ ਸਨ।

   ੩. ਜਦ ਮੱਝਾਂ ਘਾਹ ਚਰਦੀਆਂ ਸਨ, ਤਾਂ ਗੁਰੂ ਜੀ ਆਪ ਕੀ ਕਰਦੇ ਸਨ ?
   (ੳ) ਉਹ ਆਪਣੇ ਦੋਸਤਾਂ ਨਾਲ ਖੇਡਦੇ ਸਨ।
   (ਅ) ਉਹ ਰੱਬ ਦਾ ਨਾਂ ਲੈਂਦੇ ਸਨ।
   (ੲ) ਉਹ ਦਰੱਖ਼ਤ ਥੱਲੇ ਸੌਂ ਜਾਂਦੇ ਸਨ।

2. ਠੀਕ ਜਾਂ ਗ਼ਲਤ ?
   ੧. ਬੇਬੇ ਨਾਨਕੀ ਗੁਰੂ ਨਾਨਕ ਦੇਵ ਜੀ ਦੀ ਛੋਟੀ ਭੈਣ ਸੀ। ____________
   ੨. ਗੁਰੂ ਨਾਨਕ ਦੇਵ ਜੀ ਨੂੰ ਸਕੂਲ ਦੀ ਪੜ੍ਹਾਈ ਬਹੁਤ ਮਸ਼ਕਲ ਲੱਗੀ। ____________
   ੩. ਗੁਰੂ ਨਾਨਕ ਦੇਵ ਜੀ ਮੱਝਾਂ ਚਰਾਉਣ ਵੇਲੇ ਰੱਬ ਨੂੰ ਯਾਦ ਕਰਦੇ ਰਹਿੰਦੇ। ____________
   ੪. ਗੁਰੂ ਜੀ ਦੇ ਰੱਬੀ ਗੁਣਾਂ ਨੂੰ ਕੋਈ ਵੀ ਨਾ ਪਛਾਣ ਸਕਿਆ। ____________

3. ਹੇਠਾਂ ਖ਼ਾਲੀ ਥਾਵਾਂ ਭਰੋ :
   ਗੁਰੂ ਨਾਨਕ ਦੇਵ ਜੀ ਦਾ____________ਕੱਤਕ ਦੀ ਪੂਰਨਮਾਸ਼ੀ ਨੂੰ ਸੰਨ____________ਵਿਚ ਰਾਇ ਭੋਇ ਦੀ____________ਵਿਚ ਹੋਇਆ। ਉਸ ਥਾਂ ਨੂੰ____________ਕਿਹਾ ਜਾਂਦਾ ਹੈ। ਉਹਨਾਂ ਦੀ____________ਦਾ ਨਾਂ ਮਾਤਾ ਤ੍ਰਿਪਤਾ ਅਤੇ____________ਦਾ ਨਾਂ ਮਹਿਤਾ ਕਾਲੂ ਸੀ। ਉਹਨਾਂ ਦੀ ਇਕ ਵੱਡੀ____________ਵੀ ਸੀ। ਉਹਨਾਂ ਦਾ ਨਾਂ ਬੇਬੇ ਨਾਨਕੀ ਸੀ।

4. ਹੇਠਾਂ ਲਿਖੇ ਪ੍ਰਸ਼ਨਾਂ ਦੇ ਉਤਰ ਲਿਖੋ :
   ੧. ਗੁਰੂ ਨਾਨਕ ਦੇਵ ਜੀ ਦਾ ਜਨਮ ਕਿਸ ਸਾਲ ਵਿਚ ਹੋਇਆ ?
   ____

   ੨. ਗੁਰੂ ਨਾਨਕ ਦੇਵ ਜੀ ਦੇ ਮਾਤਾ-ਪਿਤਾ ਅਤੇ ਭੈਣ ਦਾ ਨਾਂ ਲਿਖੋ।
   ____

੩. ਮਹਿਤਾ ਕਾਲੂ ਜੀ ਗੁਰੂ ਨਾਨਕ ਨੂੰ ਕੀ ਸਮਝਦੇ ਸਨ ?

____

ਸ਼ਬਦ-ਖੋਜ

ਹੇਠਾਂ ਲਿਖੇ ਸ਼ਬਦ ਲੱਭੋ :

ਗੁ	ਰੂ	ਨਾ	ਨ	ਕ	ਦੇ	ਵ	ਜੀ	ਗੁ	ਘਾ	ਹ	ਬੇ
ਦ	ਮੱ	ਝਾਂ	ਕ	ਬ	ਚ	ਪ	ਨ	ਭੈ	ਣ	ਰਾ	ਬੇ
ਰੱ	ਮਾ	ਤਾ	ਤ੍ਰਿ	ਪ	ਤਾ	ਰੱ	ਨ	ਮ	ਸ਼ਾ	ਹ	ਨਾ
ਖ਼	ਸ	ਕੇ	ਜੰ	ੜ੍ਹ	ਹ	ਬੀ	ਕਾ	ਹਿ	ਰ	ਰਾ	ਨ
ਤ	ਟ	ਰ	ਗ	ਨ	ਪ	ਗੱ	ਣਾ	ਤਾ	ਵਾ	ਤ	ਕੀ
ਸਿੰ	ਰ	ਕਾ	ਲ	ਸਿੱ	ੜ੍ਹ	ਲਾਂ	ਸਾ	ਕਾ	ਹਿ	ਲ	ਸੱ
ਘਾ	ਸ	ਕੂ	ਲ	ਖ	ਨ	ਬ	ਹਿ	ਲੂ	ਗੁ	ਵੰ	ਪ
ਰ	ਕਾ	ਲਾ	ਬਾ	ਬਾ	ਲਾ	ਨ	ਬ	ਰੂ	ਜੰ	ਡੀ	ਲ

ਗੁਰੂ ਨਾਨਕ ਦੇਵ ਜੀ　　ਬਚਪਨ　　ਬਾਲਾ　　ਤਲਵੰਡੀ

ਮਾਤਾ ਤ੍ਰਿਪਤਾ　　ਮਹਿਤਾ ਕਾਲੂ　　ਬੇਬੇ ਨਾਨਕੀ　　ਭੈਣ　　ਘਾਹ

ਮੱਝਾਂ　　ਦਰੱਖ਼ਤ　　ਮਾਸਟਰ　　ਜੰਗਲ　　ਸਕੂਲ

ਪੜ੍ਹਨ　　ਨਨਕਾਣਾ ਸਾਹਿਬ　　ਰੱਬੀ ਗੱਲਾਂ　　ਹਰਾ ਹਰਾ

ਕੀ ਤੁਸੀਂ ਕੋਈ ਹੋਰ ਪੰਜਾਬੀ ਦੇ ਸ਼ਬਦ ਲੱਭ ਸਕਦੇ ਹੋ ?

____

ਪਾਠ 3

ਸੱਚਾ ਸੌਦਾ

ਇਸ ਪਾਠ ਵਿਚ ਆਏ ਮੁਸ਼ਕਲ ਸ਼ਬਦਾਂ ਨੂੰ ਬੋਲਣਾ ਤੇ ਉਹਨਾਂ ਦੇ ਮਤਲਬ ਸਿੱਖੋ।

ਵਪਾਰ	business	ਜਾਚ	ways	ਸਾਧੂ	saints
ਭੁੱਖੇ	hungry	ਭੋਜਨ	food	ਸੌਦਾ	trade
ਲਾਭਵੰਦ	profitable	ਵਧੇਰੇ	more	ਲੋੜਵੰਦ	needy
ਬੇਨਤੀ	request	ਭੁੱਖ	hunger	ਸੱਚਾ/ਖਰਾ	true

ਗੁਰੂ ਨਾਨਕ ਦੇਵ ਜੀ ਕੁਝ ਸਾਲ ਮੱਝਾਂ ਚਾਰਦੇ ਰਹੇ। ਜਦੋਂ ਉਹ ਪੰਦਰਾਂ-ਸੋਲਾਂ ਸਾਲ ਦੇ ਹੋਏ ਤਾਂ ਪਿਤਾ ਕਾਲੂ ਨੇ ਉਹਨਾਂ ਨੂੰ ਵਪਾਰ ਕਰਨ ਦੀ ਜਾਚ ਸਿਖਾਉਣੀ ਚਾਹੀ। ਉਹਨਾਂ ਨੇ ਗੁਰੂ ਜੀ ਨੂੰ ਵੀਹ ਰੁਪਏ ਦਿੱਤੇ ਅਤੇ ਕਿਹਾ, "ਜਾਉ ਪੁੱਤਰ ਜੀ, ਜਾ ਕੇ ਕੋਈ ਲਾਭਵੰਦ ਸੌਦਾ ਕਰ ਆਉ।"

ਗੁਰੂ ਜੀ ਨੇ ਆਪਣੇ ਸਾਥੀ ਬਾਲੇ ਨੂੰ ਨਾਲ ਲਿਆ ਅਤੇ ਘਰੋਂ ਤੁਰ ਪਏ। ਬਾਰਾਂ ਕੁ ਮੀਲ ਚੱਲਣ ਤੋਂ ਬਾਦ ਉਹ ਪਿੰਡ ਚੂਹੜਕਾਣੇ ਪਹੁੰਚੇ। ਉਥੇ ਇਕ ਦਰੱਖ਼ਤ ਹੇਠਾਂ ਕੁਝ ਸਾਧੂ ਬੈਠੇ ਸਨ। ਗੁਰੂ ਜੀ ਉਹਨਾਂ ਕੋਲ ਗਏ। ਗੱਲ ਬਾਤ ਕਰਨ ਤੋਂ ਪਤਾ ਲੱਗਾ ਕਿ ਉਹ ਚਾਰ ਦਿਨ ਤੋਂ ਭੁੱਖੇ ਸਨ।

ਗੁਰੂ ਜੀ ਬੋਲੇ, "ਬਾਲਿਆ, ਪਿਤਾ ਜੀ ਨੇ ਕੋਈ ਲਾਭਵੰਦ ਸੌਦਾ ਕਰਨ ਨੂੰ ਕਿਹਾ ਸੀ। ਭੁੱਖੇ ਸਾਧੂਆਂ ਨੂੰ ਖਾਣਾ ਖੁਆਉਣਾ ਤਾਂ ਬਹੁਤ ਹੀ ਭਲਾ ਕੰਮ ਹੋਵੇਗਾ। ਕਿਸੇ ਦੀ ਭੁੱਖ ਦੂਰ ਕਰਨਾ ਹੀ ਤਾਂ ਖਰਾ ਸੌਦਾ ਹੈ। ਚੱਲ ਬਾਲਿਆ, ਕਹਿਣਾ ਮੰਨ।"

"ਨਾਨਕ ਜੀ, ਪਿਤਾ ਨੇ ਤਾਂ ਆਪ ਜੀ ਨੂੰ ਇਹ ਪੈਸੇ ਵਪਾਰ ਕਰਨ ਲਈ ਦਿੱਤੇ ਹਨ ਕਿ ਆਪ ਇਹਨਾਂ ਰੁਪਿਆਂ ਨੂੰ ਵਧੇਰੇ ਕਰ ਕੇ ਘਰ ਜਾਉ," ਬਾਲੇ ਨੇ ਬੇਨਤੀ ਕੀਤੀ।

"ਪਰ ਬਾਲਿਆ, ਪੈਸੇ ਦਾ ਵਪਾਰ ਸੱਚਾ ਸੌਦਾ ਨਹੀਂ ਹੈ, ਕਿਸੇ ਲੋੜਵੰਦ ਦੀ ਮਦਦ ਕਰਨਾ ਹੀ ਖਰਾ ਸੌਦਾ ਹੈ। ਆ, ਘਬਰਾ ਨਾ," ਗੁਰੂ ਨਾਨਕ ਨੇ ਬਾਲੇ ਨੂੰ ਸਮਝਾਇਆ। ਬਾਲਾ ਚੁੱਪ ਕਰ ਗਿਆ। ਗੁਰੂ ਜੀ ਨੇ ਵੀਹ ਰੁਪਏ ਦਾ ਸਾਮਾਨ ਖ਼ਰੀਦਿਆ ਅਤੇ ਭੁੱਖੇ ਸਾਧੂਆਂ ਨੂੰ ਭੋਜਨ ਛਕਾਇਆ। ਫਿਰ ਖ਼ਾਲੀ ਹੱਥ ਘਰ ਨੂੰ ਚੱਲ ਪਏ।

ਪਿੰਡ ਪਹੁੰਚੇ ਤਾਂ ਬਾਲੇ ਨੇ ਗੁਰੂ ਜੀ ਨੂੰ ਕਿਹਾ, "ਨਾਨਕ ਜੀ, ਪਿਤਾ ਕਾਲੂ ਬਹੁਤ ਨਾਰਾਜ਼ ਹੋਣਗੇ, ਕਿਉਂਕਿ ਤੁਸੀਂ ਤਾਂ ਖ਼ਾਲੀ ਹੱਥ ਹੀ ਘਰ ਜਾ ਰਹੇ ਹੋ। ਪਿਤਾ ਕਾਲੂ ਨੇ ਤਾਂ ਕੋਈ ਲਾਭਵੰਦ ਸੌਦਾ ਕਰਨ ਨੂੰ ਕਿਹਾ ਸੀ।" ਗੁਰੂ ਜੀ ਨੇ ਬਾਲੇ ਨੂੰ ਪਿਤਾ ਪਾਸ ਜਾ ਕੇ ਸਾਰੀ ਗੱਲ ਦੱਸਣ ਨੂੰ ਕਿਹਾ। ਬਾਲੇ ਨੇ ਗੁਰੂ ਜੀ ਦੇ ਹੁਕਮ ਦੀ ਪਾਲਣਾ ਕੀਤੀ।

ਬਾਲੇ ਦੀ ਗੱਲ ਸੁਣ ਕੇ ਪਿਤਾ ਕਾਲੂ ਨੂੰ ਬੜਾ ਗ਼ੁੱਸਾ ਆਇਆ। ਉਹ ਉਸ ਥਾਂ ਪਹੁੰਚੇ, ਜਿਥੇ ਗੁਰੂ ਨਾਨਕ ਦੇਵ ਜੀ ਬੈਠੇ ਸਨ। ਪਿਤਾ ਕਾਲੂ ਨੇ ਗੁਰੂ ਜੀ ਨੂੰ ਗ਼ੁੱਸੇ ਵਿਚ ਬਹੁਤ ਥੱਪੜ ਮਾਰੇ। ਗੁਰੂ ਜੀ ਨੇ ਬਹੁਤ ਨਿਮਰਤਾ ਨਾਲ ਪਿਤਾ ਕਾਲੂ ਨੂੰ ਕਿਹਾ, "ਪਿਤਾ ਜੀ, ਭੁੱਖੇ ਸਾਧੂਆਂ ਨੂੰ ਭੋਜਨ ਛਕਾਉਣਾ ਹੀ ਸਭ ਤੋਂ ਖਰਾ ਸੌਦਾ ਹੈ।" ਪਰ ਪਿਤਾ ਕਾਲੂ ਨੇ ਇਕ ਨਾ ਸੁਣੀ ਅਤੇ ਗੁਰੂ ਜੀ ਨੂੰ ਮਾਰਦੇ ਰਹੇ।

ਬਾਲਾ ਦੌੜ ਕੇ ਬੇਬੇ ਨਾਨਕੀ ਨੂੰ ਲੈ ਆਇਆ। ਬੇਬੇ ਨਾਨਕੀ ਜੋ ਕਿ ਗੁਰੂ ਜੀ ਦੀ ਵੱਡੀ ਭੈਣ ਸੀ, ਨੇ ਗੁਰੂ ਜੀ ਨੂੰ ਪਿਤਾ ਕਾਲੂ ਤੋਂ ਛੁਡਾਇਆ ਅਤੇ ਆਪਣੇ ਨਾਲ ਆਪਣੇ ਪਿੰਡ ਸੁਲਤਾਨਪੁਰ ਲੈ ਗਈ।

ਅਭਿਆਸ

1. ਹੇਠਾਂ ਲਿਖੇ ਪ੍ਰਸ਼ਨਾਂ ਲਈ ਠੀਕ ਉੱਤਰ ਚੁਣੋ :

   ੧. ਪਿਤਾ ਕਾਲੂ ਜੀ ਨੇ ਗੁਰੂ ਨਾਨਕ ਦੇਵ ਜੀ ਨੂੰ ਵੀਹ ਰੁਪਏ ਕਿਉਂ ਦਿੱਤੇ ?
   (ੳ) ਗੁਰੂ ਜੀ ਦੇ ਜਨਮ ਦਿਨ ਦੀ ਖ਼ੁਸ਼ੀ ਵਿਚ।
   (ਅ) ਤਾਂ ਕਿ ਗੁਰੂ ਜੀ ਸਾਧੂਆਂ ਨੂੰ ਭੋਜਨ ਛਕਾ ਸਕਣ।
   (ੲ) ਵਪਾਰ ਕਰਨ ਲਈ।

   ੨. ਗੁਰੂ ਨਾਨਕ ਦੇਵ ਜੀ ਨੂੰ ਕਿਸ ਤਰ੍ਹਾਂ ਪਤਾ ਲੱਗਿਆ ਕਿ ਸਾਧੂ ਭੁੱਖੇ ਹਨ ?
   (ੳ) ਉਹਨਾਂ ਨੂੰ ਚੂਹੜਕਾਣੇ ਦੇ ਪਿੰਡ ਦੇ ਵਾਸੀਆਂ ਨੇ ਦੱਸਿਆ।
   (ਅ) ਸਾਧੂ ਭੁੱਖ ਨਾਲ ਰੋ ਰਹੇ ਸਨ।
   (ੲ) ਗੁਰੂ ਜੀ ਨੇ ਸਾਧੂਆਂ ਨਾਲ ਗੱਲ ਬਾਤ ਕੀਤੀ ਤਾਂ ਪਤਾ ਲੱਗਿਆ।

   ੩. ਗੁਰੂ ਨਾਨਕ ਦੇਵ ਜੀ ਅਨੁਸਾਰ ਖਰਾ ਸੌਦਾ ਕੀ ਸੀ ?
   (ੳ) ਵੀਹ ਰੁਪਏ ਨਾਲ ਬਹੁਤ ਸਾਰੀਆਂ ਚੀਜ਼ਾਂ ਖ਼ਰੀਦਣੀਆਂ।
   (ਅ) ਵੀਹ ਤੋਂ ਚਾਲੀ ਰੁਪਏ ਬਣਾਉਣੇ।
   (ੲ) ਭੁੱਖੇ ਸਾਧੂਆਂ ਦੀ ਭੁੱਖ ਦੂਰ ਕਰਨੀ।

   ੪. ਪਿਤਾ ਕਾਲੂ ਜੀ ਨੇ ਗੁਰੂ ਜੀ ਨੂੰ ਥੱਪੜ ਕਿਉਂ ਮਾਰੇ ?
   (ੳ) ਗੁਰੂ ਜੀ ਘਰ ਬਹੁਤ ਦੇਰ ਨਾਲ ਪਹੁੰਚੇ।
   (ਅ) ਗੁਰੂ ਨਾਨਕ ਦੇਵ ਜੀ ਨੇ ਵੀਹ ਰੁਪਏ ਦਾ ਲਾਭਵੰਦ ਵਪਾਰ ਨਹੀਂ ਕੀਤਾ ਸੀ।
   (ੲ) ਬਾਲੇ ਨੇ ਗੁਰੂ ਜੀ ਦੀ ਸ਼ਿਕਾਇਤ ਕੀਤੀ ਸੀ।

੫. ਬੇਬੇ ਨਾਨਕੀ ਗੁਰੂ ਨਾਨਕ ਦੇਵ ਜੀ ਨੂੰ ਆਪਣੇ ਨਾਲ ਸੁਲਤਾਨਪੁਰ ਕਿਉਂ ਲੈ ਗਈ ?
(ੳ) ਉਸ ਨੂੰ ਪਿਤਾ ਕਾਲੂ 'ਤੇ ਬਹੁਤ ਗ਼ੁੱਸਾ ਸੀ।
(ਅ) ਉਹ ਗੁਰੂ ਨਾਨਕ ਜੀ ਨੂੰ ਆਪਣੇ ਪਿੰਡ ਵਿਚ ਕੰਮ ਕਰਨ ਲਈ ਲੈ ਗਈ।
(ੲ) ਗੁਰੂ ਨਾਨਕ ਜੀ ਦਾ ਮਨ ਆਪਣੇ ਪਿੰਡ ਵਿਚ ਨਹੀਂ ਸੀ ਲੱਗਦਾ।

2. ਹੇਠਾਂ ਲਿਖੇ ਪ੍ਰਸ਼ਨਾਂ ਦੇ ਉੱਤਰ ਲਿਖੋ :

੧. ਗੁਰੂ ਜੀ ਨੂੰ ਪਿਤਾ ਕਾਲੂ ਨੇ ਕੀ ਸਿਖਾਉਣਾ ਚਾਹਿਆ ?

____

੨. ਗੁਰੂ ਨਾਨਕ ਦੇਵ ਜੀ ਨੂੰ ਪਿਤਾ ਕਾਲੂ ਨੇ ਕਿੰਨੇ ਰੁਪਏ ਦਿੱਤੇ ?

____

੩. ਗੁਰੂ ਜੀ ਦੇ ਨਾਲ ਵਪਾਰ ਕਰਨ ਲਈ ਕੌਣ ਗਿਆ ?

____

੪. ਗੁਰੂ ਜੀ ਨੇ ਵੀਹ ਰੁਪਏ ਕਿਸ ਤਰ੍ਹਾਂ ਖ਼ਰਚੇ ?

____

੫. ਜਦੋਂ ਕਾਲੂ ਜੀ ਨੂੰ ਗੁਰੂ ਜੀ ਦੇ ਖਰੇ ਸੌਦੇ ਬਾਰੇ ਪਤਾ ਲੱਗਾ ਤਾਂ ਉਨ੍ਹਾਂ ਨੇ ਕੀ ਕੀਤਾ ?

____

੬. ਗੁਰੂ ਨਾਨਕ ਜੀ ਨੇ ਪਿਤਾ ਨੂੰ ਕੀ ਕਿਹਾ ?

____

3. ਠੀਕ ਜਾਂ ਗ਼ਲਤ ?

੧. ਪਿਤਾ ਕਾਲੂ ਨੇ ਗੁਰੂ ਨਾਨਕ ਜੀ ਨੂੰ ਵੀਹ ਰੁਪਏ ਦਿੱਤੇ। ____________

੨. ਗੁਰੂ ਨਾਨਕ ਦੇਵ ਜੀ ਨੇ ਉਹਨਾਂ ਵੀਹ ਰੁਪਇਆਂ ਦਾ ਬਹੁਤ ਸਾਰਾ ਸਾਮਾਨ ਖ਼ਰੀਦਿਆ ਤੇ ਦੂਸਰੇ ਪਿੰਡ ਜਾ ਕੇ ਵੇਚ ਦਿੱਤਾ। ____________

੩. ਬਾਲਾ ਜੀ ਨੇ ਗੁਰੂ ਜੀ ਨੂੰ ਸਾਧੂਆਂ ਲਈ ਭੋਜਨ ਖ਼ਰੀਦਣ ਤੋਂ ਰੋਕਿਆ, ਕਿਉਂਕਿ ਬਾਲਾ ਜੀ ਸਾਧੂਆਂ ਨੂੰ ਨਫ਼ਰਤ ਕਰਦੇ ਸਨ। ____________

੪. ਜਦ ਪਿਤਾ ਕਾਲੂ ਨੂੰ ਗੁਰੂ ਜੀ ਦੇ ਖਰੇ ਸੌਦੇ ਬਾਰੇ ਪਤਾ ਲੱਗਿਆ ਤਾਂ ਉਹ ਗੁਰੂ ਜੀ ਨਾਲ ਬਹੁਤ ਨਾਰਾਜ਼ ਹੋਏ। ____________

ਸ਼ਬਦ-ਖੋਜ

ਹੇਠਾਂ ਲਿਖੇ ਸ਼ਬਦ ਲੱਭੋ :

ਗੁ	ਰੂ	ਨਾ	ਨ	ਕ	ਦੇ	ਵ	ਜੀ	ਗੁ	ਘਾ	ਹ	ਵੀ
ਦ	ਮੱ	ਝਾਂ	ਭੋ	ਸਾ	ਧੂ	ਪਾ	ਨ	ਭੈ	ਣ	ਰਾ	ਹ
ਰੱ	ਮਾ	ਤਾ	ਜ	ਭੁੱ	ਖੇ	ਰ	ਨ	ਨੀ	ਲਾ	ਲੋ	ਬਾ
ਖ਼	ਸ	ਧੂ	ਨ	ਖ	ਸੌ	ਦਾ	ਕਾ	ਲਾ	ਰ	ੜ	ਰਾਂ
ਤ	ਲਾ	ਭ	ਵੰ	ਦ	ਸ	ਸੰ	ਤ	ਗੀ	ਵਾ	ਵੰ	ਮੀ
ਪੰ	ਜਾ	ਬੀ	ਖਾ	ਸਾ	ਕੂ	ਲਾਂ	ਸਾ	ਕਾ	ਹਿ	ਦ	ਲ
ਘ	ਸੱ	ਚਾ	ਲ	ਥੀ	ਲ	ਬ	ਹਿ	ਲੂ	ਗੁ	ਲਾ	ਲ
ਰ	ਕਾ	ਲਾ	ਬਾ	ਬਾ	ਲਾ	ਨ	ਬ	ਗੁ	ਰ	ਮੁ	ਖੀ

ਭੋਜਨ ਸਾਧੂ ਵੀਹ ਸੌਦਾ ਦਰੱਖ਼ਤ

ਸਾਥੀ ਲਾਭਵੰਦ ਲੋੜਵੰਦ ਭੁੱਖ ਭੁੱਖੇ

ਵਪਾਰ ਸੱਚਾ ਬਾਲਾ ਬਾਰਾਂ ਮੀਲ

ਗੁਰੂ ਨਾਨਕ ਦੇਵ ਜੀ ਮੱਝਾਂ

ਕੀ ਤੁਸੀਂ ਕੋਈ ਹੋਰ ਪੰਜਾਬੀ ਦੇ ਸ਼ਬਦ ਲੱਭ ਸਕਦੇ ਹੋ ?

____

ਪਾਠ 4

ਕਿਰਤ ਕਰਨੀ, ਨਾਮ ਜਪਣਾ ਤੇ ਵੰਡ ਕੇ ਛਕਣਾ

ਇਸ ਪਾਠ ਵਿਚ ਆਏ ਮੁਸ਼ਕਲ ਸ਼ਬਦਾਂ ਨੂੰ ਬੋਲਣਾ ਤੇ ਉਹਨਾਂ ਦੇ ਮਤਲਬ ਸਿੱਖੋ।

ਹਾਕਮ	ruler	ਮੋਦੀਖ਼ਾਨਾ	store	ਸਰਕਾਰ	government
ਨੌਕਰ	servant/employee	ਘਾਟਾ	loss	ਤਨਖ਼ਾਹ	salary
ਮੁਫ਼ਤ	free	ਨੁਕਸਾਨ	damage	ਅਸੂਲ	principles
ਕਿਰਤ	honest labour or work			ਵਾਧਾ	excess
ਧਰਮ	religion	ਦੁਕਾਨ	shop		

ਪਿਛਲੇ ਤਿੰਨ ਪਾਠਾਂ ਵਿਚ ਅਸੀਂ ਗੁਰੂ ਅਤੇ ਸਿੱਖ, ਸ੍ਰੀ ਗੁਰੂ ਨਾਨਕ ਦੇਵ ਜੀ ਦੇ ਬਚਪਨ ਅਤੇ ਖਰਾ ਸੌਦਾ ਦੀਆਂ ਸਾਖੀਆਂ ਬਾਰੇ ਪੜ੍ਹ ਚੁੱਕੇ ਹਾਂ। ਤੁਹਾਨੂੰ ਯਾਦ ਹੋਵੇਗਾ ਕਿ ਜਦੋਂ ਗੁਰੂ ਨਾਨਕ ਦੇਵ ਜੀ ਕੋਈ ਵਪਾਰ ਕਰਨ ਦੀ ਥਾਂ ਭੁੱਖੇ ਸਾਧੂਆਂ ਨੂੰ ਭੋਜਨ ਛਕਾ ਕੇ ਘਰ ਆਏ ਤਾਂ ਪਿਤਾ ਮਹਿਤਾ ਕਾਲੂ ਜੀ ਨੇ ਬਹੁਤ ਗ਼ੁੱਸਾ ਕੀਤਾ ਸੀ। ਵੱਡੀ ਭੈਣ ਬੇਬੇ ਨਾਨਕੀ ਗੁਰੂ ਨਾਨਕ ਦੇਵ ਜੀ ਨੂੰ ਬਹੁਤ ਪਿਆਰ ਕਰਦੀ ਸੀ, ਉਹ ਉਹਨਾਂ ਨੂੰ ਆਪਣੇ ਪਿੰਡ ਸੁਲਤਾਨਪੁਰ ਲੈ ਗਈ। ਉਥੇ ਉਸ ਦੇ ਪਤੀ ਸ਼੍ਰੀ ਜੈ ਰਾਮ ਨੇ ਗੁਰੂ ਜੀ ਨੂੰ ਉਥੋਂ ਦੇ ਹਾਕਮ, ਨਵਾਬ ਦੌਲਤ ਖ਼ਾਂ ਲੋਧੀ ਦੇ ਮੋਦੀਖ਼ਾਨੇ ਵਿਚ ਮੋਦੀ ਲੁਆ ਦਿੱਤਾ ਸੀ।

ਮੋਦੀਖ਼ਾਨਾ ਇਕ ਵੱਡੀ ਦੁਕਾਨ ਹੁੰਦੀ ਸੀ, ਜਿਥੇ ਖਾਣ-ਪੀਣ ਅਤੇ ਹੋਰ ਆਮ ਵਰਤੋਂ ਦੀਆਂ ਚੀਜ਼ਾਂ ਰੱਖੀਆਂ ਜਾਂਦੀਆਂ ਸਨ। ਇਹ ਚੀਜ਼ਾਂ ਸਰਕਾਰੀ ਨੌਕਰਾਂ ਨੂੰ ਮੁਫ਼ਤ ਦਿੱਤੀਆਂ ਜਾਂਦੀਆਂ ਸਨ ਅਤੇ ਆਮ ਲੋਕਾਂ ਨੂੰ ਵੇਚੀਆਂ ਜਾਂਦੀਆਂ ਸਨ। ਮੋਦੀ ਦਾ ਕੰਮ ਇਸ ਦੁਕਾਨ ਵਿਚ ਕੰਮ ਕਰਨਾ ਅਤੇ ਪੈਸੇ ਦਾ ਧਿਆਨ ਰੱਖਣਾ ਸੀ। ਲੋਕਾਂ ਕੋਲੋਂ ਪੈਸੇ ਲੈਣੇ ਅਤੇ ਉਹਨਾਂ ਨੂੰ ਚੀਜ਼ਾਂ ਦੇਣੀਆਂ ਵੀ ਮੋਦੀ ਦਾ ਕੰਮ ਸੀ। ਗੁਰੂ ਜੀ ਨੂੰ ਮੋਦੀ ਦਾ ਕੰਮ ਕਰਨ ਬਦਲੇ ਕੁਝ ਚੀਜ਼ਾਂ ਮੁਫ਼ਤ ਅਤੇ ਕੁਝ ਤਨਖ਼ਾਹ ਮਿਲਦੀ ਸੀ।

ਗੁਰੂ ਨਾਨਕ ਦੇਵ ਜੀ ਨੇ ਮੋਦੀ ਦਾ ਇਹ ਕੰਮ ਬਹੁਤ ਚੰਗੀ ਤਰ੍ਹਾਂ ਚਲਾਇਆ। ਗ਼ਰੀਬਾਂ ਨੂੰ ਗੁਰੂ ਜੀ ਕਈ ਵਾਰ ਜ਼ਿਆਦਾ ਚੀਜ਼ਾਂ ਦੇ ਦੇਂਦੇ। ਇਸ ਤਰ੍ਹਾਂ ਕਰਨ ਨਾਲ ਜੋ ਘਾਟਾ ਪੈਂਦਾ, ਉਹ ਆਪਣੀਆਂ ਚੀਜ਼ਾਂ ਵਿੱਚੋਂ ਪੂਰਾ ਕਰ ਦੇਂਦੇ।

ਸਰਕਾਰੀ ਨੌਕਰ ਤੇ ਆਮ ਲੋਕ ਗੁਰੂ ਜੀ ਨਾਲ ਬੜਾ ਪਿਆਰ ਕਰਨ ਲੱਗ ਪਏ। ਗੁਰੂ ਜੀ ਲੋਕਾਂ ਨੂੰ ਨਾਮ ਜਪਣ, ਕਿਰਤ ਕਰਨ ਅਤੇ ਵੰਡ ਕੇ ਛਕਣ ਦਾ ਉਪਦੇਸ਼ ਦੇਣ ਲੱਗੇ। ਪਰ ਕੁਝ ਭੈੜੇ ਲੋਕਾਂ ਨੇ ਨਵਾਬ ਨੂੰ ਜਾ ਕੇ ਕਿਹਾ ਕਿ ਨਾਨਕ ਬਹੁਤ ਨੁਕਸਾਨ ਕਰ ਰਿਹਾ ਹੈ। ਉਹ ਚੀਜ਼ਾਂ ਦਾ ਕੋਈ ਹਿਸਾਬ ਨਹੀਂ ਰੱਖਦਾ।

ਨਵਾਬ ਗੁਰੂ ਜੀ ਦੇ ਕੰਮ ਤੋਂ ਬਹੁਤ ਖ਼ੁਸ਼ ਸੀ। ਉਸ ਨੇ ਗੁਰੂ ਜੀ ਦਾ ਲੇਖਾ ਕਈ ਵਾਰੀ ਚੈੱਕ ਕਰਵਾਇਆ। ਪਰ ਗੁਰੂ ਜੀ ਦੇ ਲੇਖੇ ਵਿਚ ਹਮੇਸ਼ਾ ਵਾਧਾ ਮਿਲਦਾ ਰਿਹਾ ਅਤੇ ਨਵਾਬ ਦੀ ਤਸੱਲੀ ਹੋ ਜਾਂਦੀ।

ਗੁਰੂ ਨਾਨਕ ਦੇਵ ਜੀ ਦੇ ਤਿੰਨ ਅਸੂਲ ਸਿੱਖ ਅੱਜ ਵੀ ਮੰਨਦੇ ਹਨ।

ਅਭਿਆਸ

1. ਹੇਠਾਂ ਲਿਖੇ ਪ੍ਰਸ਼ਨਾਂ ਦੇ ਠੀਕ ਉੱਤਰ ਚੁਣੋ :

   ੧. ਮੋਦੀਖ਼ਾਨਾ ਕੀ ਹੁੰਦਾ ਹੈ ?
   (ੳ) ਮੋਦੀਖ਼ਾਨੇ ਵਿਚ ਮੋਦੀ ਰਹਿੰਦਾ ਹੈ।
   (ਅ) ਮੋਦੀਖ਼ਾਨਾ ਇਕ ਵੱਡੀ ਦੁਕਾਨ ਹੈ।
   (ੲ) ਮੋਦੀਖ਼ਾਨਾ ਪਾਕਿਸਤਾਨ ਵਿਚ ਹੈ।

   ੨. ਮੋਦੀ ਦਾ ਕੀ ਕੰਮ ਹੁੰਦਾ ਹੈ ?
   (ੳ) ਲੋਕਾਂ ਦੀ ਮਦਦ ਕਰਨਾ।
   (ਅ) ਦੁਕਾਨ ਨੂੰ ਸਾਫ਼ ਰੱਖਣਾ।
   (ੲ) ਲੋਕਾਂ ਕੋਲੋਂ ਪੈਸੇ ਲੈਣੇ ਅਤੇ ਚੀਜ਼ਾਂ ਦੇਣੀਆਂ।

   ੩. ਗੁਰੂ ਨਾਨਕ ਦੇਵ ਜੀ ਨੇ ਲੋਕਾਂ ਨੂੰ ਕਿਹੜੇ ਤਿੰਨ ਅਸੂਲ ਦੱਸੇ ?
   (ੳ) ਕਿਰਤ ਕਰਨੀ, ਦਸਵੰਧ ਦੇਣਾ ਤੇ ਪੂਜਾ ਕਰਨੀ।
   (ਅ) ਕਿਰਤ ਕਰਨੀ, ਵੰਡ ਛਕਣਾ ਤੇ ਪੂਜਾ ਕਰਨੀ।
   (ੲ) ਕਿਰਤ ਕਰਨੀ, ਵੰਡ ਛਕਣਾ ਤੇ ਨਾਮ ਜਪਣਾ।

   ੪. ਨਵਾਬ ਨੇ ਗੁਰੂ ਜੀ ਦਾ ਲੇਖਾ ਕਿਉਂ ਚੈੱਕ ਕਰਵਾਇਆ ?
   (ੳ) ਕਿਉਂਕਿ ਗੁਰੂ ਜੀ ਸਭ ਨੂੰ ਮੁਫ਼ਤ ਸਾਮਾਨ ਦਿੰਦੇ ਸਨ।
   (ਅ) ਕਿਉਂਕਿ ਗੁਰੂ ਜੀ ਗ਼ਰੀਬਾਂ ਨੂੰ ਜ਼ਿਆਦਾ ਸਾਮਾਨ ਦਿੰਦੇ ਸਨ।
   (ੲ) ਕਿਉਂਕਿ ਕੁਝ ਭੈੜੇ ਲੋਕਾਂ ਨੇ ਗੁਰੂ ਜੀ ਦੀ ਸ਼ਿਕਾਇਤ ਕੀਤੀ ਸੀ।

2. ਹੇਠਾਂ ਲਿਖੇ ਪ੍ਰਸ਼ਨਾਂ ਦੇ ਉੱਤਰ ਲਿਖੋ :

   ੧. ਗੁਰੂ ਨਾਨਕ ਦੇਵ ਜੀ ਨੇ ਮੋਦੀਖ਼ਾਨੇ ਦਾ ਕੰਮ ਕਿਵੇਂ ਚਲਾਇਆ ?

   ____

   ____

੨. ਮੋਦੀਖ਼ਾਨੇ ਦਾ ਕੰਮ ਕਰਦਿਆਂ ਗੁਰੂ ਜੀ ਨੇ ਸਿੱਖ ਧਰਮ ਦੇ ਕਿਹੜੇ ਤਿੰਨ ਅਸੂਲ ਲੋਕਾਂ ਨੂੰ ਸਿਖਾਏ ?

____

____

੩. ਗੁਰੂ ਜੀ ਗ਼ਰੀਬਾਂ ਦੀ ਮਦਦ ਕਿਸ ਤਰ੍ਹਾਂ ਕਰਦੇ ਸਨ ?

____

____

ਸ਼ਬਦ-ਖੋਜ

ਹੇਠਾਂ ਲਿਖੇ ਸ਼ਬਦ ਲੱਭੋ :

ਗੁ	ਰੂ	ਨਾ	ਨ	ਕ	ਦੇ	ਵ	ਜੀ	ਕਿ	ਘਾ	ਟਾ	ਵੰ
ਹਾ	ਨੁ	ਕਿ	ਭੋ	ਵਾ	ਧੂ	ਪਾ	ਨਾ	ਰ	ਮੁ	ਰਾ	ਡ
ਕ	ਕ	ਰ	ਪਾਂ	ਧਾ	ਨੌ	ਦ	ਮ	ਤ	ਫ਼	ਸ	ਛ
ਮ	ਸਾ	ਤ	ਲ	ਅ	ਕ	ਨ	ਜ	ਕ	ਤ	ਰ	ਕ
ਤ	ਨ	ਖ਼ਾ	ਹ	ਸੂ	ਰ	ਵਾ	ਪ	ਰ	ਲੋ	ਕਾ	ਣਾ
ਪੰ	ਗੁ	ਰੂ	ਜੀ	ਲ	ੜ	ਬ	ਣਾ	ਨੀ	ਕ	ਰ	ਕੰ
ਉ	ਪ	ਦੇ	ਸ਼	ਮਾ	ਲਾ	ਦੁ	ਕਾ	ਨ	ਧ	ਰ	ਮ
ਮੋ	ਦੀ	ਖ਼ਾ	ਨਾ	ਬਾ	ਲਾ	ਨ	ਬ	ਗੁ	ਰ	ਮੁ	ਖੀ

ਹਾਕਮ	ਸਰਕਾਰ	ਤਨਖ਼ਾਹ	ਘਾਟਾ	ਕਿਰਤ
ਮੋਦੀਖ਼ਾਨਾ	ਨੌਕਰ	ਮੁਫ਼ਤ	ਅਸੂਲ	ਵਾਧਾ
ਨੁਕਸਾਨ	ਨਵਾਬ	ਉਪਦੇਸ਼	ਨਾਮ ਜਪਣਾ	ਦੁਕਾਨ
ਕਿਰਤ ਕਰਨੀ	ਲੋਕ	ਵੰਡ ਛਕਣਾ	ਗੁਰੂ ਜੀ	ਧਰਮ

ਕੀ ਤੁਸੀਂ ਕੋਈ ਹੋਰ ਪੰਜਾਬੀ ਦੇ ਸ਼ਬਦ ਲੱਭ ਸਕਦੇ ਹੋ ?

____

ਪਾਠ 5

ਹਰਿਦੁਆਰ

ਇਸ ਪਾਠ ਵਿਚ ਆਏ ਮੁਸ਼ਕਲ ਸ਼ਬਦਾਂ ਨੂੰ ਬੋਲਣਾ ਤੇ ਉਹਨਾਂ ਦੇ ਮਤਲਬ ਸਿੱਖੋ।

ਕੰਢੇ	bank	ਅਹਿਸਾਸ	realization	ਗ਼ਲਤੀ	misunderstanding
ਤੀਰਥ-ਅਸਥਾਨ	pilgrimage	ਬੁੱਕ	handful	ਦੂਰ ਦੂਰ	far away
ਨਿਮਰਤਾ ਨਾਲ	politely	ਨਾਰਾਜ਼	upset	ਮੇਲਾ	fair
ਨਿਮਰਤਾ	politeness	ਸੈਂਕੜੇ	hundreds	ਵੱਡੇ-ਵਡੇਰੇ	elders/ancestors
ਲੱਖ-ਕਰੋੜ	hundreds of thousands			ਕੋਹ	a measure of length

ਗੁਰੂ ਨਾਨਕ ਦੇਵ ਜੀ ਬਹੁਤ ਦੂਰ ਦੂਰ ਜਾ ਕੇ ਭਾਰਤ ਦੇ ਲੋਕਾਂ ਨੂੰ ਚੰਗੀਆਂ ਚੰਗੀਆਂ ਗੱਲਾਂ ਦੱਸਦੇ ਸਨ। ਗੁਰੂ ਜੀ ਉਹਨਾਂ ਥਾਵਾਂ 'ਤੇ ਜਾਂਦੇ ਸਨ, ਜਿਥੇ ਲੋਕਾਂ ਦਾ ਇਕੱਠ ਹੁੰਦਾ ਸੀ। ਇਕ ਵਾਰੀ ਗੁਰੂ ਜੀ ਹਰਿਦੁਆਰ ਗਏ। ਹਰਿਦੁਆਰ ਹਿੰਦੂਆਂ ਦਾ ਬਹੁਤ ਮਹਾਨ ਤੀਰਥ-ਅਸਥਾਨ ਹੈ। ਇਥੇ ਹਿੰਦੂ ਆਪਣੇ ਵੱਡੇ-ਵਡੇਰਿਆਂ ਦੀ ਯਾਦ ਮਨਾਉਣ ਜਾਂਦੇ ਹਨ। ਇਹ ਸ਼ਹਿਰ ਗੰਗਾ ਦਰਿਆ ਦੇ ਕੰਢੇ 'ਤੇ ਹੈ। ਗੁਰੂ ਜੀ ਨੇ ਦੇਖਿਆ ਕਿ ਲੱਖਾਂ ਲੋਕ ਦਰਿਆ ਵਿਚ ਖੜੇ ਸਨ। ਉਹਨਾਂ ਦਾ ਮੂੰਹ ਪੂਰਬ ਦਿਸ਼ਾ ਵੱਲ ਸੀ। ਪੂਰਬ ਦਿਸ਼ਾ ਵਿਚ ਸੂਰਜ ਚੜ੍ਹਦਾ ਹੈ। ਇਹ ਸਾਰੇ ਲੋਕ ਆਪਣੀਆਂ ਬੁੱਕਾਂ ਵਿਚ ਪਾਣੀ ਭਰ ਕੇ ਸੂਰਜ ਵੱਲ ਸੁੱਟ ਰਹੇ ਸਨ।

ਗੁਰੂ ਨਾਨਕ ਦੇਵ ਜੀ ਆਪਣਾ ਮੂੰਹ ਪੱਛਮ ਦਿਸ਼ਾ ਵੱਲ ਕਰ ਕੇ ਖੜੇ ਹੋ ਗਏ ਅਤੇ ਪਾਣੀ ਦੀਆਂ ਬੁੱਕਾਂ ਭਰ ਕੇ ਸੁੱਟਣ ਲੱਗੇ। ਲੋਕ ਬਹੁਤ ਹੈਰਾਨ ਹੋਏ। ਕਈ ਨਾਰਾਜ਼ ਵੀ ਹੋਏ ਅਤੇ ਗੁਰੂ ਜੀ ਨੂੰ ਕਹਿਣ ਲੱਗੇ, "ਅਸੀਂ ਤਾਂ ਸੂਰਜ ਵੱਲ ਮੂੰਹ ਕਰ ਕੇ ਆਪਣੇ ਮਰ ਚੁੱਕੇ ਵੱਡੇ-ਵਡੇਰਿਆਂ ਨੂੰ ਪਾਣੀ ਦੇ ਰਹੇ ਹਾਂ। ਪਰ ਆਪ ਪੱਛਮ ਵੱਲ ਪਾਣੀ ਸੁੱਟ ਰਹੇ ਹੋ। ਆਪ ਇਹ ਕਿਉਂ ਕਰ ਰਹੇ ਹੋ ?"

ਗੁਰੂ ਨਾਨਕ ਦੇਵ ਜੀ ਨੇ ਬਹੁਤ ਨਿਮਰਤਾ ਨਾਲ ਕਿਹਾ, "ਮੈਂ ਪੰਜਾਬ ਵਿਚ ਆਪਣੇ ਖੇਤਾਂ ਨੂੰ ਪਾਣੀ ਦੇ ਰਿਹਾ ਹਾਂ।"

ਲੋਕ ਇਹ ਸੁਣ ਕੇ ਹੱਸਣ ਲੱਗੇ, "ਪੰਜਾਬ ਤਾਂ ਇਥੋਂ ਸੈਂਕੜੇ ਮੀਲ ਦੂਰ ਹੈ, ਉਥੇ ਤੁਹਾਡਾ ਪਾਣੀ ਕਿਵੇਂ ਪਹੁੰਚ ਸਕਦਾ ਹੈ ?"

ਇਹ ਸੁਣ ਕੇ ਗੁਰੂ ਜੀ ਨੇ ਕਿਹਾ, "ਸੂਰਜ ਤਾਂ ਲੱਖਾਂ-ਕਰੋੜਾਂ ਮੀਲ ਦੂਰ ਹੈ। ਜੇਕਰ ਤੁਹਾਡਾ ਸੁੱਟਿਆ ਪਾਣੀ ਇੰਨੀ ਦੂਰ ਪਹੁੰਚ ਸਕਦਾ ਹੈ, ਤਾਂ ਮੇਰਾ ਸੁੱਟਿਆ ਪਾਣੀ ਕਰਤਾਰਪੁਰ ਕਿਉਂ ਨਹੀਂ ਪਹੁੰਚ ਸਕਦਾ?" ਤੇ ਗੁਰੂ ਜੀ ਫਿਰ ਪਾਣੀ ਸੁੱਟਣ ਲੱਗ ਪਏ।

ਲੋਕਾਂ ਨੂੰ ਗੁਰੂ ਜੀ ਦੀ ਗੱਲ ਸੁਣ ਕੇ ਬਹੁਤ ਹੈਰਾਨੀ ਹੋਈ। ਉਹਨਾਂ ਦੀ ਸਮਝ ਵਿਚ ਕੁਝ ਨਹੀਂ ਆਇਆ ਅਤੇ ਉਹਨਾਂ ਨੇ ਗੁਰੂ ਜੀ ਨੂੰ ਬੇਨਤੀ ਕੀਤੀ ਕਿ ਉਹ ਇਸ ਗੱਲ ਨੂੰ ਪੂਰੀ ਤਰ੍ਹਾਂ ਸਮਝਾਉਣ। ਗੁਰੂ ਨਾਨਕ ਦੇਵ ਜੀ ਨੇ ਸਮਝਾਇਆ ਕਿ ਵੱਡੇ-ਵਡੇਰਿਆਂ ਨੂੰ ਪਾਣੀ ਦੇਣ ਦਾ ਕਾਰਣ ਉਹਨਾਂ ਦੀ ਇੱਜ਼ਤ ਕਰਨਾ ਹੈ। ਪਰ ਉਹਨਾਂ ਦੀ ਇੱਜ਼ਤ ਕਰਨ ਦਾ ਸਹੀ ਢੰਗ ਉਹਨਾਂ ਦੇ ਦੱਸੇ ਰਾਹ 'ਤੇ ਚੱਲ ਕੇ ਚੰਗੇ ਕੰਮ ਕਰਨਾ ਹੈ। ਕੇਵਲ ਚੰਗੇ ਕੰਮ ਕਰਨ ਨਾਲ ਹੀ ਆਪਣੀ ਅਤੇ ਵਡੇਰਿਆਂ ਦੀ ਇੱਜ਼ਤ ਵਧ ਸਕਦੀ ਹੈ।

ਇਹ ਗੱਲ ਸੁਣ ਕੇ ਸਭ ਨੂੰ ਆਪਣੀ ਇਸ ਗ਼ਲਤੀ ਦਾ ਅਹਿਸਾਸ ਹੋ ਗਿਆ ਅਤੇ ਉਹ ਪਾਣੀ ਸੁੱਟਣ ਤੋਂ ਹਟ ਗਏ। ਗੁਰੂ ਜੀ ਅੱਗੇ ਚੱਲ ਪਏ।

ਅਭਿਆਸ

1. ਹੇਠਾਂ ਲਿਖੇ ਪ੍ਰਸ਼ਨਾਂ ਦੇ ਠੀਕ ਉੱਤਰ ਚੁਣੋ :

੧. ਗੁਰੂ ਨਾਨਕ ਦੇਵ ਜੀ ਦੂਰ ਦੂਰ ਕਿਉਂ ਜਾਂਦੇ ਸਨ ?
   (ੳ) ਉਹਨਾਂ ਨੂੰ ਦੂਰ ਦੂਰ ਸੈਰ ਕਰਨ ਦਾ ਸ਼ੌਕ ਸੀ।
   (ਅ) ਉਹਨਾਂ ਨੂੰ ਲੋਕ ਦੂਰ ਦੂਰ ਤੋਂ ਬੁਲਾਉਂਦੇ ਸਨ।
   (ੲ) ਉਹ ਦੂਰ ਦੂਰ ਰਹਿੰਦੇ ਲੋਕਾਂ ਨੂੰ ਚੰਗੀਆਂ ਗੱਲਾਂ ਸਿਖਾਉਣਾ ਚਾਹੁੰਦੇ ਸਨ।

੨. ਗੁਰੂ ਜੀ ਹਰਿਦੁਆਰ ਕਿਉਂ ਗਏ ?
   (ੳ) ਹਰਿਦੁਆਰ ਗੰਗਾ ਦਰਿਆ ਦੇ ਕਿਨਾਰੇ ਹੈ।
   (ਅ) ਹਰਿਦੁਆਰ ਵਿਚ ਬਹੁਤ ਚੰਗੇ ਲੋਕ ਰਹਿੰਦੇ ਸਨ।
   (ੲ) ਹਰਿਦੁਆਰ ਹਿੰਦੂਆਂ ਦਾ ਤੀਰਥ ਅਸਥਾਨ ਸੀ ਅਤੇ ਗੁਰੂ ਜੀ ਇਥੇ ਦੇ ਭੁੱਲੇ-ਭਟਕੇ ਲੋਕਾਂ ਨੂੰ ਸਿੱਧੇ ਰਸਤੇ ਪਾਉਣਾ ਚਾਹੁੰਦੇ ਸਨ।

੩. ਗੁਰੂ ਜੀ ਨੇ ਹਰਿਦੁਆਰ ਜਾ ਕੇ ਕੀ ਕੀਤਾ ?
   (ੳ) ਉਹਨਾਂ ਨੇ ਗੰਗਾ ਵਿਚ ਇਸ਼ਨਾਨ ਕੀਤਾ।
   (ਅ) ਉਹਨਾਂ ਨੇ ਆਪਣੇ ਵੱਡੇ-ਵਡੇਰਿਆਂ ਨੂੰ ਪਾਣੀ ਦਿੱਤਾ।
   (ੲ) ਉਹਨਾਂ ਨੇ ਲੋਕਾਂ ਦਾ ਭਰਮ ਦੂਰ ਕੀਤਾ।

੪. ਗੁਰੂ ਨਾਨਕ ਦੇਵ ਜੀ ਦੇ ਵਿਚਾਰ ਵਿਚ ਵੱਡਿਆਂ ਦੀ ਇੱਜ਼ਤ ਕਿਸ ਤਰ੍ਹਾਂ ਕੀਤੀ ਜਾ ਸਕਦੀ ਹੈ ?
   (ੳ) ਸੂਰਜ ਵੱਲ ਪਾਣੀ ਸੁੱਟ ਕੇ।
   (ਅ) ਵੱਡਿਆਂ ਦੇ ਦੱਸੇ ਚੰਗੇ ਰਾਹ 'ਤੇ ਚੱਲ ਕੇ ਤੇ ਚੰਗੇ ਕੰਮ ਕਰ ਕੇ।
   (ੲ) ਖੇਤਾਂ ਨੂੰ ਪਾਣੀ ਦੇ ਕੇ।

2. ਹੇਠਾਂ ਲਿਖੇ ਪ੍ਰਸ਼ਨਾਂ ਦੇ ਉੱਤਰ ਲਿਖੋ :

੧. ਹਰਿਦੁਆਰ ਕਿਥੇ ਹੈ ?

_____

੨. ਹਰਿਦੁਆਰ ਦੀ ਕੀ ਮਹੱਤਤਾ ਹੈ ?

_____

੩. ਸੂਰਜ ਕਿਸ ਦਿਸ਼ਾ ਵਿਚ ਚੜ੍ਹਦਾ ਹੈ ?

_____

੪. ਸੂਰਜ ਧਰਤੀ ਤੋਂ ਕਿੰਨੀ ਦੂਰ ਹੈ ?

_____

੫. ਗੁਰੂ ਨਾਨਕ ਦੇਵ ਜੀ ਦੇ ਖੇਤ ਕਿਸ ਪਿੰਡ ਵਿਚ ਸਨ ?

_____

੬. ਜਦੋਂ ਲੋਕਾਂ ਨੇ ਗੁਰੂ ਜੀ ਨੂੰ ਪੁੱਛਿਆ ਕਿ ਉਹ ਪੱਛਮ ਵੱਲ ਪਾਣੀ ਕਿਉਂ ਸੁੱਟ ਰਹੇ ਹਨ, ਤਾਂ ਗੁਰੂ ਜੀ ਨੇ ਕੀ ਉੱਤਰ ਦਿੱਤਾ ?

_____

3. ਠੀਕ ਜਾਂ ਗ਼ਲਤ ?

੧. ਹਰਿਦੁਆਰ ਸਮੁੰਦਰ ਦੇ ਵਿਚ ਹੈ।   _____

੨. ਹਰਿਦੁਆਰ ਲੋਕ ਆਪਣੇ ਵੱਡੇ-ਵਡੇਰਿਆਂ ਦੀ ਯਾਦ ਮਨਾਉਣ ਜਾਂਦੇ ਹਨ।   _____

੩. ਗੁਰੂ ਨਾਨਕ ਦੇਵ ਜੀ ਨੇ ਲੋਕਾਂ ਨੂੰ ਦੇਖ ਕੇ ਪਾਣੀ ਪੂਰਬ ਵੱਲ ਸੁੱਟਣਾ ਸ਼ੁਰੂ ਕਰ ਦਿੱਤਾ।   _____

੪. ਪੰਜਾਬ ਹਰਿਦੁਆਰ ਤੋਂ ਉਤਨੀ ਹੀ ਦੂਰ ਹੈ ਜਿਤਨਾ ਕਿ ਸੂਰਜ।   _____

੫. ਵੱਡਿਆਂ ਦੀ ਇੱਜ਼ਤ ਕਰਨ ਦਾ ਸਹੀ ਢੰਗ ਉਹਨਾਂ ਦੇ ਦੱਸੇ ਰਾਹ 'ਤੇ ਚੱਲਣਾ ਹੈ।   _____

੬. ਗੁਰੂ ਜੀ ਦੂਰ ਦੂਰ ਲੋਕਾਂ ਨੂੰ ਚੰਗੀਆਂ ਗੱਲਾਂ ਸਿਖਾਉਣ ਲਈ ਜਾਂਦੇ ਸਨ।   _____

੭. ਸਵੇਰ ਵੇਲੇ ਸੂਰਜ ਪੂਰਬ ਦਿਸ਼ਾ ਵਿੱਚੋਂ ਨਿਕਲਦਾ ਹੈ।   _____

ਪਾਠ 6

ਨਾ ਕੋਈ ਹਿੰਦੂ, ਨਾ ਮੁਸਲਮਾਨ

ਇਸ ਪਾਠ ਵਿਚ ਆਏ ਮੁਸ਼ਕਲ ਸ਼ਬਦਾਂ ਨੂੰ ਬੋਲਣਾ ਤੇ ਉਹਨਾਂ ਦੇ ਮਤਲਬ ਸਿੱਖੋ।

ਸਾਂਝਾ	common	ਤਰਸ	pity	ਭਗਤੀ	meditation
ਪਖੰਡ	hypocricy	ਧਰਮੀ	religious	ਧੋਖਾ	deceit
ਨਮਾਜ਼	Muslim prayer	ਸ਼ਰਮਿੰਦੇ ਹੋਣਾ	to be ashamed		

ਗੁਰੂ ਨਾਨਕ ਦੇਵ ਜੀ ਨੇ ਸੁਲਤਾਨਪੁਰ ਵਿਚ ਹੀ 'ਨਾ ਕੋਈ ਹਿੰਦੂ, ਨਾ ਮੁਸਲਮਾਨ' ਦਾ ਪ੍ਰਚਾਰ ਸ਼ੁਰੂ ਕਰ ਦਿੱਤਾ ਸੀ। ਇਸ ਪ੍ਰਚਾਰ ਰਾਹੀਂ ਗੁਰੂ ਨਾਨਕ ਦੇਵ ਜੀ ਲੋਕਾਂ ਨੂੰ ਇਹ ਗੱਲ ਦੱਸਣਾ ਚਾਹੁੰਦੇ ਸਨ ਕਿ ਕੇਵਲ ਗੱਲਾਂ ਨਾਲ ਹੀ ਚੰਗੇ ਨਹੀਂ ਬਣਿਆ ਜਾ ਸਕਦਾ। ਸਗੋਂ ਚੰਗੇ ਕੰਮਾਂ ਨਾਲ ਚੰਗੇ ਬਣਿਆ ਜਾ ਸਕਦਾ ਹੈ। ਅਤੇ ਸਭ ਲੋਕ ਬਰਾਬਰ ਹਨ। ਹਿੰਦੂਆਂ ਅਤੇ ਮੁਸਲਮਾਨਾਂ, ਦੋਹਾਂ ਨੂੰ ਹੀ ਗੁਰੂ ਜੀ ਦੇ ਇਹ ਸ਼ਬਦ ਚੰਗੇ ਨਾ ਲੱਗੇ, ਕਿਉਂਕਿ ਉਹਨਾਂ ਨੂੰ ਇਸ ਦੀ ਸਮਝ ਨਹੀਂ ਸੀ ਆਈ। ਸ਼ਹਿਰ ਦੇ ਕਾਜ਼ੀ ਨੂੰ ਗੁਰੂ ਜੀ ਦੀ ਗੱਲ 'ਤੇ ਬੜਾ ਗ਼ੁੱਸਾ ਆਇਆ। ਉਸ ਨੇ ਨਵਾਬ ਕੋਲ ਜਾ ਕੇ ਸ਼ਿਕਾਇਤ ਕੀਤੀ ਕਿ ਇਕ ਫ਼ਕੀਰ ਲੋਕਾਂ ਨੂੰ ਗ਼ਲਤ ਗੱਲਾਂ ਸਿਖਾ ਰਿਹਾ ਹੈ। ਨਵਾਬ ਨੇ ਗੁਰੂ ਜੀ ਨੂੰ ਆਪਣਾ ਬੰਦਾ ਭੇਜ ਕੇ ਬੁਲਾਇਆ।

ਗੁਰੂ ਜੀ ਨਵਾਬ ਕੋਲ ਆਏ। ਉਥੇ ਕਾਜ਼ੀ ਵੀ ਬੈਠਾ ਸੀ। ਕਾਜ਼ੀ ਨੇ ਗੁਰੂ ਜੀ ਨੂੰ ਪੁੱਛਿਆ, "ਆਪ ਇਹ ਕਿਉਂ ਕਹਿੰਦੇ ਫਿਰ ਰਹੇ ਹੋ ਕਿ 'ਨਾ ਕੋਈ ਹਿੰਦੂ, ਨਾ ਕੋਈ ਮੁਸਲਮਾਨ ?' ਸਾਡੇ ਸ਼ਹਿਰ ਵਿਚ ਤਾਂ ਬਹੁਤ ਸਾਰੇ ਪੱਕੇ ਮੁਸਲਮਾਨ ਹਨ।"

ਗੁਰੂ ਜੀ ਨੇ ਉੱਤਰ ਦਿੱਤਾ, "ਧਰਮੀ ਹੋਣ ਲਈ ਚੰਗੇ ਕੰਮ ਕਰਨੇ ਚਾਹੀਦੇ ਹਨ। ਧਰਮੀ ਹਿੰਦੂ ਅਤੇ ਧਰਮੀ ਮੁਸਲਮਾਨ ਉਹ ਕੰਮ ਕਰਦਾ ਹੈ, ਜੋ ਰੱਬ ਨੂੰ ਚੰਗੇ ਲੱਗਣ।" ਕਾਜ਼ੀ ਗੁਰੂ ਜੀ ਦੇ ਇਸ ਉੱਤਰ ਤੋਂ ਹੈਰਾਨ ਹੋਇਆ ਅਤੇ ਪੁੱਛਣ ਲੱਗਾ, "ਉਹ ਕੰਮ ਕੀ ਹਨ ?"

"ਰੱਬ ਦੇ ਜੀਆਂ 'ਤੇ ਤਰਸ ਕਰਨਾ, ਕਿਸੇ ਨੂੰ ਦੁੱਖ ਨਾ ਦੇਣਾ, ਧਰਮ ਦੀ ਕਿਰਤ ਕਰਨੀ, ਵੰਡ ਕੇ ਛਕਣਾ, ਹਰ ਵੇਲੇ ਰੱਬ ਨੂੰ ਯਾਦ ਕਰਨਾ, ਸੱਚ ਬੋਲਣਾ ਤੇ ਸਭ ਨੂੰ ਬਰਾਬਰ ਜਾਣਨਾ ਹੀ ਉਹ ਕੰਮ ਹਨ, ਜੋ ਕਿ ਰੱਬ ਨੂੰ ਚੰਗੇ ਲੱਗਦੇ ਹਨ। ਇਕ ਹੀ ਰੱਬ ਨੇ ਸਭ ਨੂੰ ਬਣਾਇਆ ਹੈ।

ਇਸ ਲਈ ਅਸੀਂ ਸਭ ਬਰਾਬਰ ਹਾਂ।" ਗੁਰੂ ਜੀ ਦਾ ਉੱਤਰ ਸੁਣ ਕੇ ਕਾਜ਼ੀ ਦੀ ਤਸੱਲੀ ਹੋ ਗਈ। ਇੰਨੇ ਚਿਰ ਨੂੰ ਨਮਾਜ਼ ਦਾ ਵੇਲਾ ਹੋ ਗਿਆ।

ਨਵਾਬ ਨੇ ਗੁਰੂ ਜੀ ਨੂੰ ਕਿਹਾ, "ਜੇਕਰ ਤੁਸੀਂ ਹਿੰਦੂਆਂ ਅਤੇ ਮੁਸਲਮਾਨਾਂ ਨੂੰ ਇੱਕੋ ਜਿਹਾ ਸਮਝਦੇ ਹੋ, ਤਾਂ ਸਾਡੇ ਨਾਲ ਮਸੀਤ ਵਿਚ ਚੱਲ ਕੇ ਨਮਾਜ਼ ਪੜ੍ਹੋ।" ਸਭ ਮਸੀਤ ਚਲੇ ਗਏ। ਨਵਾਬ ਅਤੇ ਕਾਜ਼ੀ ਨਮਾਜ਼ ਪੜ੍ਹਨ ਲੱਗੇ, ਪਰ ਗੁਰੂ ਜੀ ਚੁੱਪ-ਚਾਪ ਬੈਠੇ ਰਹੇ। ਨਮਾਜ਼ ਪੜ੍ਹਨ ਤੋਂ ਬਾਦ ਨਵਾਬ ਅਤੇ ਕਾਜ਼ੀ ਨੇ ਗੁਰੂ ਜੀ ਨੂੰ ਪੁੱਛਿਆ, "ਤੁਸੀਂ ਆਪਣਾ ਬਚਨ ਪੂਰਾ ਕਿਉਂ ਨਹੀਂ ਕੀਤਾ ? ਤੁਸੀਂ ਸਾਡੇ ਨਾਲ ਨਮਾਜ਼ ਕਿਉਂ ਨਹੀਂ ਪੜ੍ਹੀ ?"

ਗੁਰੂ ਜੀ ਹੱਸ ਕੇ ਕਹਿਣ ਲੱਗੇ, "ਮੈਂ ਨਮਾਜ਼ ਪੜ੍ਹਨੀ ਤਾਂ ਸੀ, ਪਰ ਪੜ੍ਹਦਾ ਕਿਸ ਦੇ ਨਾਲ ? ਮੂੰਹੋਂ ਤਾਂ ਤੁਸੀਂ ਨਮਾਜ਼ ਪੜ੍ਹ ਰਹੇ ਸੀ, ਪਰ ਮਨ ਤੁਹਾਡਾ ਕਿਤੇ ਹੋਰ ਸੀ। ਨਵਾਬ ਜੀ, ਤੁਸੀਂ ਤਾਂ ਕਾਬਲ ਤੋਂ ਘੋੜੇ ਖ਼ਰੀਦ ਰਹੇ ਸੀ। ਕਾਜ਼ੀ ਸਾਹਿਬ, ਤੁਸੀਂ ਘਰ ਦੇ ਵਿਹੜੇ ਵਿਚ ਭੱਜੇ ਫਿਰ ਰਹੇ ਸੀ ਤਾਂ ਕਿ ਤੁਹਾਡੀ ਘੋੜੀ ਦਾ ਵਛੇਰਾ ਖੂਹੀ ਵਿਚ ਨਾ ਡਿੱਗ ਪਵੇ।"

ਨਵਾਬ ਤੇ ਕਾਜ਼ੀ ਗੁਰੂ ਜੀ ਨੂੰ ਮੰਨ ਗਏ ਅਤੇ ਬਹੁਤ ਸ਼ਰਮਿੰਦੇ ਹੋਏ। ਗੁਰੂ ਜੀ ਨੇ ਇਕ ਵਾਰੀ ਫਿਰ ਸਿੱਖਿਆ ਦਿੱਤੀ, "ਸੱਚੀ ਨਮਾਜ਼, ਸੱਚੀ ਪੂਜਾ, ਸੱਚਾ ਪਾਠ ਉਹ ਹੈ ਜੋ ਕਿ ਮਨ ਲਾ ਕੇ ਕੀਤਾ ਜਾਵੇ, ਨਹੀਂ ਤਾਂ ਸਭ ਪਖੰਡ ਹੈ, ਸਭ ਧੋਖਾ ਹੈ।"

ਅਭਿਆਸ

1. ਹੇਠਾਂ ਲਿਖੇ ਪ੍ਰਸ਼ਨਾਂ ਦੇ ਠੀਕ ਉੱਤਰ ਚੁਣੋ :

੧. ਗੁਰੂ ਨਾਨਕ ਦੇਵ ਜੀ ਨੇ ਸੁਲਤਾਨਪੁਰ ਵਿਚ ਕੀ ਪ੍ਰਚਾਰ ਕੀਤਾ ?
   (ੳ) ਸਿੱਖ ਧਰਮ ਸਭ ਤੋਂ ਚੰਗਾ ਹੈ।
   (ਅ) ਹਿੰਦੂ ਅਤੇ ਮੁਸਲਮਾਨ ਚੰਗੇ ਨਹੀਂ ਹਨ।
   (ੲ) ਨਾ ਕੋਈ ਹਿੰਦੂ, ਨਾ ਮੁਸਲਮਾਨ।

੨. ਹਿੰਦੂਆਂ ਅਤੇ ਮੁਸਲਮਾਨਾਂ ਨੂੰ ਗੁਰੂ ਜੀ ਦੀ ਇਹ ਗੱਲ ਚੰਗੀ ਕਿਉਂ ਨਹੀਂ ਲੱਗੀ ?
   (ੳ) ਕਿਉਂਕਿ ਉਹਨਾਂ ਨੂੰ ਇਸ ਗੱਲ ਦੀ ਸਮਝ ਨਹੀਂ ਸੀ ਆਈ।
   (ਅ) ਕਿਉਂਕਿ ਹਿੰਦੂ ਅਤੇ ਮੁਸਲਮਾਨ ਦੀ ਆਪਸ ਵਿਚ ਲੜਾਈ ਸੀ।
   (ੲ) ਕਿਉਂਕਿ ਇਹ ਗੱਲ ਗ਼ਲਤ ਸੀ।

੩. ਗੁਰੂ ਨਾਨਕ ਦੇਵ ਜੀ ਦੇ ਵਿਚਾਰ ਵਿਚ ਅਸੀਂ ਚੰਗੇ ਜਾਂ ਮੰਦੇ ਕਿਵੇਂ ਬਣਦੇ ਹਾਂ ?
   (ੳ) ਸੋਹਣੇ ਕਪੜੇ ਪਾ ਕੇ।
   (ਅ) ਪਾਠ ਕਰ ਕੇ।
   (ੲ) ਚੰਗੇ ਕੰਮ ਕਰ ਕੇ।

੪. ਨਵਾਬ ਨੇ ਗੁਰੂ ਨਾਨਕ ਦੇਵ ਜੀ ਨੂੰ ਮਸੀਤ ਵਿਚ ਜਾ ਕੇ ਨਮਾਜ਼ ਪੜ੍ਹਨ ਲਈ ਕਿਉਂ ਕਿਹਾ ?
   (ੳ) ਉਸ ਨੂੰ ਗੁਰੂ ਜੀ ਬਹੁਤ ਚੰਗੇ ਲੱਗਦੇ ਸਨ।
   (ਅ) ਗੁਰੂ ਜੀ ਰੋਜ਼ ਉਸ ਨਾਲ ਨਮਾਜ਼ ਪੜ੍ਹਨ ਜਾਂਦੇ ਸਨ।
   (ੲ) ਉਹ ਦੇਖਣਾ ਚਾਹੁੰਦਾ ਸੀ ਕਿ ਗੁਰੂ ਜੀ ਸਭ ਧਰਮਾਂ ਨੂੰ ਇੱਕੋ ਜਿਹਾ ਸਮਝਦੇ ਹਨ ਜਾਂ ਨਹੀਂ।

2. ਹੇਠਾਂ ਲਿਖੇ ਪ੍ਰਸ਼ਨਾਂ ਦੇ ਉੱਤਰ ਲਿਖੋ :

੧. ਕਾਜ਼ੀ ਨੇ ਨਵਾਬ ਕੋਲ ਜਾ ਕੇ ਗੁਰੂ ਜੀ ਦੀ ਸ਼ਿਕਾਇਤ ਕਿਉਂ ਕੀਤੀ ?

___

___

੨. ਗੁਰੂ ਨਾਨਕ ਦੇਵ ਜੀ ਦੇ ਸ਼ਬਦਾਂ ਅਨੁਸਾਰ ਰੱਬ ਨੂੰ ਕਿਹੜੇ ਕੰਮ ਚੰਗੇ ਲੱਗਦੇ ਹਨ ?

___

___

੩. ਨਮਾਜ਼ ਪੜ੍ਹਨ ਵੇਲੇ ਨਵਾਬ ਦਾ ਧਿਆਨ ਕਿਥੇ ਸੀ ?

___

___

੪. ਨਮਾਜ਼ ਪੜ੍ਹਨ ਵੇਲੇ ਕਾਜ਼ੀ ਦੇ ਮਨ ਵਿਚ ਕੀ ਡਰ ਸੀ ?

___

___

੫. ਗੁਰੂ ਨਾਨਕ ਦੇਵ ਜੀ ਦੇ ਅਨੁਸਾਰ ਸੱਚਾ ਪਾਠ, ਸੱਚੀ ਪੂਜਾ ਕਿਸ ਤਰ੍ਹਾਂ ਕੀਤੀ ਜਾਂਦੀ ਹੈ ?

___

___

੬. ਸਾਨੂੰ ਇਸ ਸਾਖੀ ਤੋਂ ਕੀ ਸਿੱਖਿਆ ਮਿਲਦੀ ਹੈ ?

___

___

ਸ਼ਬਦ-ਖੋਜ

ਹੇਠਾਂ ਲਿਖੇ ਸ਼ਬਦ ਲੱਭੋ :

ਹਿੰ	ਖੂ	ਨਾ	ਨ	ਕ	ਮੁ	ਸ	ਲ	ਮਾ	ਨ	ਗੀ	ਖੂ
ਦੂ	ਨ	ਵਾ	ਬ	ਸਾ	ਰੱ	ਪਾ	ਸ਼	ਭੈ	ਕਾ	ਜ਼ੀ	ਹੀ
ਮ	ਮਾ	ਤਾ	ਸਾਂ	ਭੁੱ	ਬ	ਚ	ਰ	ਨੀ	ਲਾ	ਲੋ	ਬਾ
ਮ	ਸੀ	ਤ	ਝਾ	ਧੋ	ਇ	ਦਾ	ਮਿੰ	ਲਾ	ਰ	ੜ	ਰਾਂ
ਤ	ਲਾ	ਸ਼	ਵੰ	ਖਾ	ਮਾ	ਸੰ	ਦੇ	ਗੀ	ਵਾ	ਵੰ	ਮੀ
ਪੰ	ਜਾ	ਬ	ਖਾ	ਸਾ	ਨ	ਲਾਂ	ਸਾ	ਪ	ਖੰ	ਡ	ਲ
ਘੋ	ੜੇ	ਦ	ਲ	ਥੀ	ਦਾ	ਬ	ਚ	ਨ	ਗੁ	ਲਾ	ਕੰ
ਰ	ਕਾ	ਵ	ਛੇ	ਰਾ	ਗੀ	ਨ	ਬ	ਗੁ	ਰ	ਮੁ	ਮ

ਹਿੰਦੂ　　ਮੁਸਲਮਾਨ　　ਸ਼ਬਦ　　ਨਵਾਬ　　ਸਾਂਝਾ

ਰੱਬ　　ਕੰਮ　　ਇਮਾਨਦਾਰੀ　　ਮਸੀਤ　　ਬਚਨ

ਘੋੜੇ　　ਵਛੇਰਾ　　ਖੂਹੀ　　ਸ਼ਰਮਿੰਦੇ　　ਪਖੰਡ

ਧੋਖਾ　　ਕਾਜ਼ੀ

ਕੀ ਤੁਸੀਂ ਕੋਈ ਹੋਰ ਪੰਜਾਬੀ ਦੇ ਸ਼ਬਦ ਲੱਭ ਸਕਦੇ ਹੋ ?

____

ਪਾਠ 7

ਮਲਿਕ ਭਾਗੋ ਨੂੰ ਸਿੱਧੇ ਰਸਤੇ ਪਾਉਣਾ

ਇਸ ਪਾਠ ਵਿਚ ਆਏ ਮੁਸ਼ਕਲ ਸ਼ਬਦਾਂ ਨੂੰ ਬੋਲਣਾ ਤੇ ਉਹਨਾਂ ਦੇ ਮਤਲਬ ਸਿੱਖੋ।

ਉਪਦੇਸ਼	teachings	ਸ਼ਰਮਿੰਦਾ	ashamed	ਰਿਸ਼ਵਤ	bribery
ਚੰਗਿਆਈ	goodness	ਫ਼ੈਸਲਾ	decision	ਅਭਿਮਾਨ	pride
ਨਫ਼ਰਤ	hatred	ਭੇਦ ਭਾਵ	discrimination	ਘੁੱਟਿਆ	pressed
ਇਕੱਠਾ	collect				

ਗੁਰੂ ਜੀ ਸੁਲਤਾਨਪੁਰ ਬਾਰਾਂ-ਤੇਰਾਂ ਸਾਲ ਰਹੇ। ਮੋਦੀਖ਼ਾਨੇ ਵਿਚ ਨੌਕਰੀ ਕਰਦਿਆਂ ਉਹ ਸੱਚੀ ਕਿਰਤ ਕਰਦੇ ਰਹੇ, ਨਾਮ ਜਪਦੇ-ਜਪਾਉਂਦੇ ਅਤੇ ਵੰਡ ਛਕਣ ਦਾ ਉਪਦੇਸ਼ ਕਰਦੇ ਰਹੇ। ਪਰ ਗੁਰੂ ਜੀ ਤਾਂ ਇਸ ਦੁਨੀਆ ਵਿਚ ਸਭ ਦਾ ਭਲਾ ਕਰਨ ਆਏ ਸਨ। ਉਹਨਾਂ ਨੇ ਇਹ ਫ਼ੈਸਲਾ ਕੀਤਾ ਕਿ ਦੂਰ ਦੂਰ ਥਾਵਾਂ 'ਤੇ ਜਾ ਕੇ ਲੋਕਾਂ ਨੂੰ ਧਰਮ ਤੇ ਚੰਗਿਆਈ ਦੇ ਰਾਹ 'ਤੇ ਪਾਇਆ ਜਾਏ।

ਸਭ ਤੋਂ ਪਹਿਲਾਂ ਗੁਰੂ ਜੀ ਐਮਨਾਬਾਦ ਜਾ ਪਹੁੰਚੇ। ਉਥੇ ਇਕ ਬਹੁਤ ਗ਼ਰੀਬ ਆਦਮੀ ਰਹਿੰਦਾ ਸੀ। ਉਸ ਦਾ ਨਾਂ ਭਾਈ ਲਾਲੋ ਸੀ। ਭਾਈ ਲਾਲੋ ਤਰਖਾਣ ਸੀ ਅਤੇ ਬਹੁਤ ਗ਼ਰੀਬ ਸੀ। ਉਸ ਕੋਲ ਬਹੁਤ ਪੈਸੇ ਨਹੀਂ ਸਨ। ਉਹ ਇਕ ਛੋਟੇ ਜਿਹੇ ਘਰ ਵਿਚ ਰਹਿੰਦਾ ਸੀ। ਉਸ ਪਿੰਡ ਦੇ ਲੋਕ ਭਾਈ ਲਾਲੋ ਨਾਲ ਮਿਲਣਾ ਜਾਂ ਬੋਲਣਾ ਪਸੰਦ ਨਹੀਂ ਸਨ ਕਰਦੇ। ਉਹਨਾਂ ਦਿਨਾਂ ਵਿਚ ਲੋਕ ਊਚ-ਨੀਚ ਦਾ ਭੇਦ-ਭਾਵ ਰੱਖਦੇ ਸਨ। ਲੋਕ ਕਈ ਜਾਤਾਂ ਜਾਂ ਗਰੁੱਪਾਂ ਵਿਚ ਵੰਡੇ ਜਾਂਦੇ ਸਨ। ਹਰ ਜਾਤ ਨੂੰ ਇਕ ਮਾਨਤਾ ਦਿੱਤੀ ਜਾਂਦੀ ਸੀ। ਆਮ ਕਰਕੇ ਗ਼ਰੀਬ ਲੋਕਾਂ ਨੂੰ ਕੋਈ ਮਾਣ ਨਹੀਂ ਦਿੱਤਾ ਜਾਂਦਾ ਸੀ ਅਤੇ ਭਾਈ ਲਾਲੋ ਦੀ ਜਾਤ ਨੀਵੀਂ ਮੰਨੀ ਜਾਂਦੀ ਸੀ। ਉਸ ਨੂੰ ਪਿੰਡ ਵਾਲੇ ਨਫ਼ਰਤ ਕਰਦੇ ਸਨ। ਪਰ ਲਾਲੋ ਧਰਮ ਦੀ ਕਿਰਤ ਕਰਦਾ ਸੀ। ਉਹ ਸੱਚ ਬੋਲਦਾ ਸੀ ਅਤੇ ਸਭ ਨਾਲ ਪਿਆਰ ਕਰਦਾ ਸੀ। ਇਹਨਾਂ ਗੁਣਾਂ ਵਾਲੇ ਇਨਸਾਨ ਗੁਰੂ ਜੀ ਨੂੰ ਚੰਗੇ ਲੱਗਦੇ ਸਨ। ਗੁਰੂ ਜੀ ਉਸ ਕੋਲ ਜਾ ਕੇ ਠਹਿਰੇ।

ਗੁਰੂ ਜੀ ਕਹਿੰਦੇ ਸਨ ਕਿ ਅਸੀਂ ਸਭ ਇੱਕੋ ਹੀ ਰੱਬ ਦੇ ਬੱਚੇ ਹਾਂ। ਅਸੀਂ ਚੰਗੇ ਜਾਂ ਮੰਦੇ ਆਪਣੇ ਕੰਮਾਂ ਨਾਲ ਬਣਦੇ ਹਾਂ, ਨਾ ਕਿ ਪੈਸੇ ਨਾਲ। ਗੁਰੂ ਜੀ ਨੇ ਭਾਈ ਲਾਲੋ ਕੋਲ ਰਹਿ ਕੇ ਉਸਨੂੰ ਮਾਣ ਦਿੱਤਾ। ਉਹ ਉਸਦੇ ਘਰੋਂ ਹੀ ਖਾਣਾ ਖਾਂਦੇ ਰਹੇ।

ਇਸੇ ਥਾਂ 'ਤੇ ਇਕ ਵੱਡਾ ਅਮੀਰ ਆਦਮੀ ਰਹਿੰਦਾ ਸੀ। ਉਸ ਦਾ ਨਾਮ ਮਲਿਕ ਭਾਗੋ ਸੀ। ਉਹ ਲੋਕਾਂ ਤੋਂ ਰਿਸ਼ਵਤ ਲੈਂਦਾ ਸੀ ਤੇ ਉਹਨਾਂ ਨੂੰ ਬੜਾ ਤੰਗ ਕਰਦਾ ਸੀ। ਉਸ ਕੋਲ ਇਸ ਤਰ੍ਹਾਂ ਬਹੁਤ ਪੈਸਾ ਇਕੱਠਾ ਹੋ ਗਿਆ ਸੀ ਅਤੇ ਉਸ ਨੂੰ ਇਸ ਪੈਸੇ ਦਾ ਬਹੁਤ ਅਭਿਮਾਨ ਸੀ।

ਇਕ ਦਿਨ ਉਸ ਨੇ ਬਹੁਤ ਸਾਰੇ ਸੰਤਾਂ-ਸਾਧੂਆਂ ਅਤੇ ਬ੍ਰਾਹਮਣਾਂ ਨੂੰ ਆਪਣੇ ਘਰ ਭੋਜਨ ਲਈ ਬੁਲਾਇਆ। ਉਸ ਨੇ ਗੁਰੂ ਨਾਨਕ ਦੇਵ ਜੀ ਨੂੰ ਵੀ ਬੁਲਾਇਆ, ਪਰ ਗੁਰੂ ਜੀ ਨੇ ਜਾਣ ਤੋਂ ਨਾਂਹ ਕਰ ਦਿੱਤੀ।

ਮਲਿਕ ਭਾਗੋ ਨੂੰ ਬਹੁਤ ਗ਼ੁੱਸਾ ਚੜ੍ਹਿਆ। ਉਸਨੇ ਆਪਣੇ ਸਿਪਾਹੀ ਭੇਜ ਕੇ ਗੁਰੂ ਜੀ ਨੂੰ ਆਪਣੇ ਕੋਲ ਬੁਲਾਇਆ ਤੇ ਪੁੱਛਿਆ, "ਗੁਰੂ ਜੀ, ਤੁਸੀਂ ਇਕ ਗ਼ਰੀਬ ਦੇ ਘਰ ਤਾਂ ਖਾਣਾ ਖਾ ਰਹੇ ਹੋ, ਪਰ ਮੇਰੇ ਸੋਹਣੇ ਘਰ ਵਿਚ ਬਣੇ ਵਧੀਆ ਖਾਣੇ ਵਿਚ ਕਿਉਂ ਨਹੀਂ ਆਏ ?"

ਗੁਰੂ ਜੀ ਭਾਈ ਲਾਲੋ ਦੇ ਘਰ ਦੀ ਰੁੱਖੀ-ਸੁੱਕੀ ਰੋਟੀ ਦਾ ਟੁਕੜਾ ਲੈ ਕੇ ਆਏ ਸਨ। ਉਹਨਾਂ ਨੇ ਮਲਿਕ ਭਾਗੋ ਦੇ ਭੋਜਨ ਦੀ ਇਕ ਪੂਰੀ ਲੈ ਕੇ ਖੱਬੇ ਹੱਥ ਵਿਚ ਫੜੀ। ਸੱਜੇ ਹੱਥ ਵਿਚ ਲਾਲੋ ਦੀ ਸੁੱਕੀ ਰੋਟੀ ਲੈ ਲਈ। ਦੋਹਾਂ ਨੂੰ ਜ਼ੋਰ ਨਾਲ ਘੁੱਟਿਆ। ਭਾਈ ਲਾਲੋ ਦੀ ਰੋਟੀ ਵਿੱਚੋਂ ਦੁੱਧ ਨਿਕਲਦਾ ਨਜ਼ਰ ਆਇਆ ਅਤੇ ਮਲਿਕ ਭਾਗੋ ਦੀ ਪੂਰੀ ਵਿੱਚੋਂ ਲਹੂ ਦੇ ਕਤਰੇ ਨਿਕਲਦੇ ਨਜ਼ਰ ਆਏ। ਸਭ ਦੇਖ ਕੇ ਬਹੁਤ ਹੈਰਾਨ ਹੋਏ। ਗੁਰੂ ਜੀ ਨੇ ਕਿਹਾ, "ਭਾਈ ਲਾਲੋ ਧਰਮ ਦੀ ਕਿਰਤ ਕਰਦਾ ਹੈ, ਆਪਣੀ ਸੱਚੀ-ਸੁੱਚੀ ਕਮਾਈ ਨਾਲ ਸਭ ਦੀ ਸੇਵਾ ਕਰਦਾ ਹੈ। ਉਹ ਕਿਸੇ ਨੂੰ ਦੁੱਖ ਨਹੀਂ ਦੇਂਦਾ ਤੇ ਰੱਬ ਦੇ ਰਾਹ 'ਤੇ ਚੱਲਦਾ ਹਰ ਇਕ ਦਾ ਭਲਾ ਕਰਦਾ ਹੈ। ਉਸਦੀ ਸੁੱਕੀ ਰੋਟੀ ਵਿੱਚੋਂ ਇਕ ਸੱਚੇ ਕਿਰਤੀ ਦੀ ਸਫਲ ਕਮਾਈ ਦਾ ਦੁੱਧ ਨਿਕਲਦਾ ਹੈ। ਇਸ ਦੇ ਉਲਟ ਤੇਰੀ ਪਾਪਾਂ ਦੀ ਕਮਾਈ ਗ਼ਰੀਬਾਂ ਨੂੰ ਦੁੱਖ ਦੇ ਕੇ ਇਕੱਠੀ ਕੀਤੀ ਗਈ ਹੈ ਤੇ ਤੇਰੇ ਸੁਆਦੀ ਖਾਣੇ ਵਿੱਚੋਂ ਵੀ ਗ਼ਰੀਬਾਂ ਦਾ ਲਹੂ ਵਗਦਾ ਨਜ਼ਰ ਆਉਂਦਾ ਹੈ। ਇਸੇ ਕਰਕੇ ਮੈਂ ਤੇਰੇ ਸ਼ਾਹੀ ਭੋਜਨ ਵਿਚ ਨਹੀਂ ਆਇਆ।"

ਉਹਨਾਂ ਨੇ ਇਹ ਵੀ ਕਿਹਾ, "ਲਾਲੋ ਨੀਚ ਜਾਤ ਦਾ ਨਹੀਂ। ਨੀਚ ਜਾਤ ਦਾ ਉਹ ਹੁੰਦਾ ਹੈ, ਜੋ ਨੀਚ ਕੰਮ ਕਰੇ। ਲਾਲੋ ਨੇਕੀ ਤੇ ਭਲਾਈ ਦੇ ਕੰਮ ਕਰਦਾ ਹੈ। ਉਹ ਇਮਾਨਦਾਰੀ ਨਾਲ ਮਿਹਨਤ ਕਰ ਕੇ ਰੋਟੀ ਲਈ ਪੈਸੇ ਕਮਾਉਂਦਾ ਹੈ। ਇਸ ਲਈ ਉਸਦੀ ਜਾਤ ਉੱਚੀ ਹੈ। ਮੈਨੂੰ ਉਸ ਕੋਲ ਰਹਿਣ ਤੇ ਉਸਦੀ ਰੁੱਖੀ-ਸੁੱਕੀ ਖਾਣ ਵਿਚ ਸੁੱਖ ਮਿਲਦਾ ਹੈ।

ਮਲਿਕ ਭਾਗੋ ਬਹੁਤ ਸ਼ਰਮਿੰਦਾ ਹੋਇਆ ਤੇ ਉਸਨੇ ਗੁਰੂ ਜੀ ਨੂੰ ਕਿਹਾ ਕਿ ਉਹ ਵੀ ਇਕ ਚੰਗਾ ਮਨੁੱਖ ਬਣੇਗਾ ਅਤੇ ਭਾਈ ਲਾਲੋ ਵਾਂਗ ਧਰਮ ਦੀ ਕਮਾਈ ਕਰੇਗਾ। ਗੁਰੂ ਨਾਨਕ ਦੇਵ ਜੀ ਮਲਿਕ ਭਾਗੋ ਨੂੰ ਸਿੱਧੇ ਰਸਤੇ 'ਤੇ ਪਾ ਕੇ ਫਿਰ ਆਪਣੇ ਸਫ਼ਰ 'ਤੇ ਚੱਲ ਪਏ।

ਅਭਿਆਸ

1. ਹੇਠਾਂ ਲਿਖੇ ਪ੍ਰਸ਼ਨਾਂ ਦੇ ਉੱਤਰ ਲਿਖੋ :
   ੧. ਗੁਰੂ ਨਾਨਕ ਦੇਵ ਜੀ ਸੁਲਤਾਨਪੁਰ ਛੱਡ ਕੇ ਕਿਉਂ ਗਏ ?

   _____

   _____

   ੨. ਭਾਈ ਲਾਲੋ ਦੇ ਚੰਗੇ ਗੁਣ ਕੀ ਸਨ ?

   _____

   _____

   ੩. ਗੁਰੂ ਜੀ ਮਲਿਕ ਭਾਗੋ ਦੀ ਰੋਟੀ ਖਾਣ ਕਿਉਂ ਨਹੀਂ ਆਏ ?

   _____

   ੪. ਗੁਰੂ ਨਾਨਕ ਦੇਵ ਜੀ ਦੇ ਸ਼ਬਦਾਂ ਮੁਤਾਬਕ ਅਸੀਂ ਚੰਗੇ ਜਾਂ ਮੰਦੇ ਕਿਸ ਤਰ੍ਹਾਂ ਬਣਦੇ ਹਾਂ ?

   _____

2. ਹੇਠਾਂ ਮਲਿਕ ਭਾਗੋ ਅਤੇ ਭਾਈ ਲਾਲੋ ਵਿਚ ਇਕ ਫ਼ਰਕ ਲਿਖਿਆ ਹੈ। ਇਸੇ ਤਰ੍ਹਾਂ ਹੀ ਤਿੰਨ ਹੋਰ ਫ਼ਰਕ ਲਿਖੋ :
   ੧. ਭਾਈ ਲਾਲੋ ਧਰਮ ਦੀ ਕਮਾਈ ਕਰਦਾ ਸੀ, ਪਰ ਮਲਿਕ ਭਾਗੋ ਧੋਖੇ ਨਾਲ ਪੈਸੇ ਇਕੱਠੇ ਕਰਦਾ ਸੀ।

   ੨. _____

   ੩. _____

   ੪. _____

3. ਹੇਠਾਂ ਲਿਖੀਆਂ ਘਟਨਾਵਾਂ ਦੇ ਸਾਹਮਣੇ ਲੜੀਵਾਰ ਨੰਬਰ ਲਿਖੋ :
   (ੳ) _____ ਗੁਰੂ ਜੀ ਮਲਿਕ ਭਾਗੋ ਦੇ ਘਰ ਨਹੀਂ ਗਏ।
   (ਅ) _____ ਗੁਰੂ ਜੀ ਐਮਨਾਬਾਦ ਪਹੁੰਚੇ।
   (ੲ) _____ ਮਲਿਕ ਭਾਗੋ ਨੇ ਗੁਰੂ ਜੀ ਨੂੰ ਭੋਜਨ 'ਤੇ ਬੁਲਾਇਆ।
   (ਸ) _____ ਗੁਰੂ ਜੀ ਭਾਈ ਲਾਲੋ ਦੇ ਘਰ ਠਹਿਰੇ।

4. ਠੀਕ ਜਾਂ ਗ਼ਲਤ ?
   ੧. ਭਾਈ ਲਾਲੋ ਬਹੁਤ ਅਮੀਰ ਸੀ। _____
   ੨. ਭਾਈ ਲਾਲੋ ਇਕ ਗ਼ਰੀਬ ਤਰਖਾਣ ਸੀ। _____

ਸ਼ਬਦ-ਖੋਜ

ਹੇਠਾਂ ਲਿਖੇ ਸ਼ਬਦ ਲੱਭੋ :

ਉ	ਫ਼ੈ	ਸ	ਲਾ	ਕ	ਚੰ	ਗ	ਆ	ਈ	ਘਾ	ਟਾ	ਨ
ਭੇ	ਨੁ	ਰਿ	ਸ਼	ਵ	ਤ	ਸਾ	ਨਾ	ਰ	ਣ	ਗਾ	ਫ਼
ਦ	ਕ	ਰ	ਰ	ਧਾ	ਉ	ਧੂ	ਮ	ਤ	ਅ	ਮੀ	ਰ
ਭਾ	ਅ	ਤ	ਮਿੰ	ਅ	ਪ	ਨ	ਜ	ਕ	ਗ	ਰੀ	ਤ
ਵ	ਭਿ	ਖਾ	ਦਾ	ਸੂ	ਦੇ	ਵਾ	ਪਾ	ਰ	ਗੀ	ਕਾ	ਣਾ
ਪੰ	ਮਾ	ਰੂ	ਜੀ	ਲ	ਸ਼	ਬ	ਪ	ਨੀ	ਬ	ਰ	ਕੰ
ਉ	ਨ	ਦੇ	ਸ਼	ਮਾ	ਬਾ	ਦੂ	ਕਾ	ਨ	ਧ	ਰ	ਮ
ਸੁ	ਆ	ਦੀ	ਨਾ	ਤੇ	ਰਾਂ	ਨ	ਬ	ਰਿ	ਸ਼	ਮੁ	ਖੀ

ਉਪਦੇਸ਼ ਫ਼ੈਸਲਾ ਚੰਗਿਆਈ ਨਫ਼ਰਤ ਭੇਦਭਾਵ

ਰਿਸ਼ਵਤ ਅਭਿਮਾਨ ਸ਼ਰਮਿੰਦਾ ਅਮੀਰ ਗ਼ਰੀਬ

ਪਾਪ ਲਹੂ ਜਾਤ ਧਰਮ ਸਾਧੂ

ਬਾਰਾਂ ਤੇਰਾਂ ਸੁਆਦੀ

ਕੀ ਤੁਸੀਂ ਕੋਈ ਹੋਰ ਪੰਜਾਬੀ ਦੇ ਸ਼ਬਦ ਲੱਭ ਸਕਦੇ ਹੋ ?

ਪਾਠ 8

ਸੱਜਣ ਠੱਗ

ਇਸ ਪਾਠ ਵਿਚ ਆਏ ਮੁਸ਼ਕਲ ਸ਼ਬਦਾਂ ਨੂੰ ਬੋਲਣਾ ਤੇ ਉਹਨਾਂ ਦੇ ਮਤਲਬ ਸਿਖੋ।

ਤਕੜਾ	strong	ਹਵੇਲੀ	mansion	ਹੋਸ਼ ਉਡਣੇ	to be shocked
ਕੋਨਾ	corner	ਠੱਗ	cheater	ਨੇਕ	honest
ਸੇਵਕ	servant	ਧਰਮਸਾਲਾ	gurdwara	ਬਿਸਤਰਾ	bed
ਭੁਗਤਣਾ	to pay for	ਸੱਜਣ	friend	ਖੂਹ	well
ਧਾਰਮਿਕ	religious	ਖ਼ਿਆਲ	ideas	ਸਾਫ਼	clean
ਮੁਸਾਫ਼ਰ	traveler	ਜਾਪਦਾ	seemed	ਇਨਸਾਨ	person
ਬੰਦਗੀ	prayer	ਸਰਾਂ	resting place	ਗੁਨਾਹ	sins
ਪੈਰ ਚੁੰਮਣੇ	to kiss feet				

ਇਕ ਵਾਰ ਸ੍ਰੀ ਗੁਰੂ ਨਾਨਕ ਦੇਵ ਜੀ ਤੇ ਭਾਈ ਮਰਦਾਨਾ ਤੁਲੰਭਾ ਪਿੰਡ ਵਿਚ ਗਏ। ਇਹ ਪਿੰਡ ਹੁਣ ਪਾਕਿਸਤਾਨ ਵਿਚ ਹੈ। ਉਸ ਪਿੰਡ ਵਿਚ ਇਕ ਬਹੁਤ ਤਕੜਾ ਆਦਮੀ ਰਹਿੰਦਾ ਸੀ। ਉਸ ਦਾ ਨਾਂ ਸੱਜਣ ਸੀ। ਉਸ ਦੀ ਇਕ ਵੱਡੀ ਹਵੇਲੀ ਸੀ। ਉਸ ਹਵੇਲੀ ਦੇ ਇਕ ਕੋਨੇ ਵਿਚ ਉਸ ਨੇ ਇਕ ਮਸੀਤ ਬਣਾ ਰੱਖੀ ਸੀ ਤੇ ਦੂਸਰੇ ਕੋਨੇ ਵਿਚ ਇਕ ਮੰਦਰ। ਮਸੀਤ ਮੁਸਲਮਾਨਾਂ ਲਈ ਰੱਬ ਨੂੰ ਯਾਦ ਕਰਨ ਦੀ ਥਾਂ ਹੈ ਤੇ ਮੰਦਰ ਹਿੰਦੂਆਂ ਲਈ। ਮੁਸਾਫ਼ਰਾਂ ਲਈ ਇਕ ਵੱਡੀ ਸਰਾਂ ਵੀ ਬਣਾਈ ਹੋਈ ਸੀ, ਜਿਸ ਵਿਚ ਉਹ ਰਾਤ ਰਹਿ ਸਕਦੇ ਸਨ।

ਉਹ ਸਾਧੂਆਂ ਵਾਲੇ ਕਪੜੇ ਪਾਉਂਦਾ ਸੀ। ਉਸ ਨੂੰ ਦੇਖ ਕੇ ਇਹ ਜਾਪਦਾ ਸੀ ਕਿ ਸੱਜਣ ਬਹੁਤ ਹੀ ਧਾਰਮਿਕ ਖ਼ਿਆਲਾਂ ਵਾਲਾ ਇਨਸਾਨ ਹੈ। ਜਦ ਵੀ ਕੋਈ ਮੁਸਾਫ਼ਰ ਆ ਜਾਂਦਾ ਤਾਂ ਸੱਜਣ ਉਹਨਾਂ ਦੀ ਬਹੁਤ ਸੇਵਾ ਕਰਦਾ। ਉਹਨਾਂ ਨੂੰ ਚੰਗਾ ਭੋਜਨ ਖੁਆਉਂਦਾ। ਸੌਣ ਲਈ ਸਾਫ਼ ਬਿਸਤਰਾ ਦੇਂਦਾ।

ਪਰ ਜਦ ਮੁਸਾਫ਼ਰ ਸੌਂ ਜਾਂਦਾ ਤਾਂ ਸੱਜਣ ਅਤੇ ਉਸ ਦੇ ਸਾਥੀ ਉਸ ਨੂੰ ਖੂਹ ਵਿਚ ਸੁੱਟ ਕੇ ਮਾਰ ਦੇਂਦੇ ਤੇ ਉਸ ਮੁਸਾਫ਼ਰ ਦੀਆਂ ਸਭ ਚੀਜ਼ਾਂ ਅਤੇ ਪੈਸਾ ਰੱਖ ਲੈਂਦੇ।

ਗੁਰੂ ਨਾਨਕ ਦੇਵ ਜੀ ਸੱਜਣ ਵਰਗੇ ਬੰਦਿਆਂ ਨੂੰ ਭੈੜੇ ਕੰਮਾਂ ਤੋਂ ਹਟਾਉਣਾ ਚਾਹੁੰਦੇ ਸਨ ਅਤੇ ਚੰਗੇ ਕੰਮਾਂ ਵਿਚ ਲਾਉਣਾ ਚਾਹੁੰਦੇ ਸਨ। ਇਸੇ ਲਈ ਹੀ ਗੁਰੂ ਜੀ ਉਸ ਦੇ ਘਰ ਪਹੁੰਚੇ।

ਸੱਜਣ ਨੇ ਗੁਰੂ ਜੀ ਨੂੰ ਦੇਖਿਆ ਤਾਂ ਗੁਰੂ ਜੀ ਦੇ ਚਿਹਰੇ ਨੂੰ ਦੇਖ ਕੇ ਸਮਝ ਗਿਆ ਕਿ ਗੁਰੂ ਜੀ ਵਿਚ ਰੱਬ ਦਾ ਨੂਰ ਹੈ। ਉਸ ਨੇ ਗੁਰੂ ਜੀ ਤੇ ਮਰਦਾਨੇ ਦੀ ਬਹੁਤ ਸੇਵਾ ਕੀਤੀ। ਉਹਨਾਂ ਨਾਲ ਗੱਲਾਂ ਕਰਨ ਲੱਗਾ। ਗੁਰੂ ਜੀ ਨੇ ਉਸ ਕੋਲੋਂ ਉਸ ਦਾ ਨਾਂ ਪੁੱਛਿਆ। ਸੱਜਣ ਬੋਲਿਆ, "ਜੀ ਮੇਰਾ ਨਾਂ ਸੱਜਣ ਹੈ। ਤੇ ਮੈਂ ਸਭ ਦਾ ਸੱਜਣ ਹਾਂ। ਮੇਰੇ ਲਈ ਹਿੰਦੂ, ਮੁਸਲਮਾਨ ਸਭ ਬਰਾਬਰ ਹਨ। ਮੈਂ ਸਭ ਮੁਸਾਫ਼ਰਾਂ ਦੀ ਸੇਵਾ ਕਰਦਾ ਹਾਂ।" ਗੁਰੂ ਜੀ ਨੇ ਉਸ ਵੱਲ ਦੇਖਿਆ ਤੇ ਬੋਲੇ, "ਤੇਰਾ ਨਾਂ ਤਾਂ ਸੱਜਣ ਹੈ, ਪਰ ਕੀ ਤੂੰ ਕੰਮ ਵੀ ਸੱਜਣਾਂ ਵਾਲੇ ਕਰਦਾ ਹੈਂ?" ਸੱਜਣ ਗੁਰੂ ਜੀ ਦੀ ਗੱਲ ਸੁਣ ਕੇ ਘਬਰਾ ਗਿਆ।

ਫਿਰ ਰਾਤ ਹੋਈ ਤਾਂ ਉਸ ਨੇ ਗੁਰੂ ਜੀ ਨੂੰ ਸੌਣ ਲਈ ਕਿਹਾ। ਗੁਰੂ ਜੀ ਨੇ ਕਿਹਾ, "ਸੱਜਣਾ, ਅਸੀਂ ਰੱਬ ਦੀ ਬੰਦਗੀ ਦਾ ਇਕ ਸ਼ਬਦ ਕਹਿ ਕੇ ਸੌਂਵਾਂਗੇ।" ਤਾਂ ਸੱਜਣ ਨੇ ਕਿਹਾ, "ਜੀ, ਜ਼ਰੂਰ ਕਹੋ।"

ਗੁਰੂ ਜੀ ਨੇ ਮਰਦਾਨੇ ਨੂੰ ਰਬਾਬ ਵਜਾਉਣ ਲਈ ਕਿਹਾ ਅਤੇ ਆਪ ਜੀ ਨੇ ਇਕ ਸ਼ਬਦ ਪੜ੍ਹਿਆ, ਜਿਸ ਨਾਲ ਸੱਜਣ ਦੇ ਹੋਸ਼ ਉਡ ਗਏ। ਉਹ ਸਮਝ ਗਿਆ ਕਿ ਗੁਰੂ ਜੀ ਉਸ ਦੇ ਸਭ ਭੈੜੇ ਕੰਮਾਂ ਬਾਰੇ ਜਾਣਦੇ ਹਨ। ਉਹ ਗੁਰੂ ਜੀ ਦੇ ਪੈਰਾਂ 'ਤੇ ਡਿੱਗ ਪਿਆ। ਗੁਰੂ ਜੀ ਦੇ ਪੈਰ ਚੁੰਮੇ ਤੇ ਬੋਲਿਆ, "ਗੁਰੂ ਜੀ, ਮੈਂ ਬਹੁਤ ਪਾਪ ਕੀਤੇ ਹਨ। ਮੇਰੇ ਗੁਨਾਹ ਮਾਫ਼ ਕਰੋ।"

"ਸੱਜਣਾ, ਰੱਬ ਤੇਰੇ ਸਭ ਕੰਮਾਂ ਨੂੰ ਦੇਖਦਾ ਹੈ। ਜੋ ਤੂੰ ਇਹ ਧਨ ਇਕੱਠਾ ਕਰਦਾ ਹੈਂ, ਇਸ ਨੇ ਇਥੇ ਹੀ ਰਹਿ ਜਾਣਾ ਹੈ। ਪਰ ਤੇਰੇ ਕੀਤੇ ਹੋਏ ਪਾਪ ਤੇਰੇ ਨਾਲ ਜਾਣਗੇ ਤੇ ਤੈਨੂੰ ਇਹਨਾਂ ਦਾ ਫਲ ਭੁਗਤਣਾ ਪਵੇਗਾ।" ਗੁਰੂ ਨਾਨਕ ਦੇਵ ਜੀ ਨੇ ਸੱਜਣ ਨੂੰ ਜਦ ਇਹ ਸ਼ਬਦ ਕਹੇ ਤਾਂ ਉਹ ਬਹੁਤ ਰੋਇਆ ਤੇ ਫਿਰ ਗੁਰੂ ਜੀ ਦੇ ਪੈਰਾਂ 'ਤੇ ਪੈ ਗਿਆ।

ਗੁਰੂ ਜੀ ਨੇ ਉਸ ਨੂੰ ਉਹ ਸਾਰਾ ਪੈਸਾ ਲਿਆਉਣ ਲਈ ਕਿਹਾ ਜੋ ਉਸ ਨੇ ਲੋਕਾਂ ਨੂੰ ਮਾਰ ਕੇ ਇਕੱਠਾ ਕੀਤਾ ਸੀ। ਉਹ ਸਾਰਾ ਪੈਸਾ ਲੋਕਾਂ ਦੀ ਸੇਵਾ ਵਿਚ ਖ਼ਰਚਣ ਲਈ ਕਿਹਾ। ਸੱਜਣ ਨੇ ਗੁਰੂ ਜੀ ਦਾ ਕਹਿਣਾ ਮੰਨਿਆ। ਉਹ ਗੁਰੂ ਜੀ ਦਾ ਸਿੱਖ ਬਣ ਗਿਆ। ਉਸ ਨੇ ਇਕ ਧਰਮਸਾਲਾ ਬਣਾਈ ਅਤੇ ਲੋਕਾਂ ਦੀ ਸੱਚਮੁੱਚ ਸੇਵਾ ਕਰਨ ਲੱਗ ਪਿਆ।

ਇਸ ਤਰ੍ਹਾਂ ਗੁਰੂ ਨਾਨਕ ਦੇਵ ਜੀ ਨੇ ਸੱਜਣ ਠੱਗ ਵਰਗੇ ਇਨਸਾਨ ਨੂੰ ਸੱਜਣ ਬਣਾਇਆ।

ਅਭਿਆਸ

1. ਹੇਠਾਂ ਲਿਖੇ ਪ੍ਰਸ਼ਨਾਂ ਦੇ ਠੀਕ ਉੱਤਰ ਚੁਣੋ:

   ੧. ਸੱਜਣ ਨੇ ਹਵੇਲੀ ਵਿਚ ਮੰਦਰ ਤੇ ਮਸੀਤ ਕਿਉਂ ਬਣਾਏ ਸਨ?
   (ੳ) ਉਸ ਨੂੰ ਦੋਹਾਂ ਧਰਮਾਂ ਨਾਲ ਬਹੁਤ ਪਿਆਰ ਸੀ।
   (ਅ) ਉਹ ਰੋਜ਼ ਸਵੇਰੇ ਉਠ ਕੇ ਦੋਵਾਂ ਥਾਵਾਂ 'ਤੇ ਭਗਤੀ ਕਰਦਾ ਸੀ।
   (ੲ) ਉਸ ਨੇ ਦੋਨਾਂ ਧਰਮਾਂ ਦੇ ਮੁਸਾਫ਼ਰਾਂ ਲਈ ਇਹ ਥਾਵਾਂ ਬਣਾਈਆਂ ਸਨ।

   ੨. ਸੱਜਣ ਮੁਸਾਫ਼ਰਾਂ ਦੀ ਸੇਵਾ ਕਿਸ ਤਰ੍ਹਾਂ ਕਰਦਾ ਸੀ?
   (ੳ) ਉਹ ਮੁਸਾਫ਼ਰਾਂ ਨੂੰ ਚੰਗਾ ਖਾਣਾ ਖੁਆਉਂਦਾ ਤੇ ਸੈਰ ਕਰਨ ਲੈ ਜਾਂਦਾ।
   (ਅ) ਉਹ ਮੁਸਾਫ਼ਰਾਂ ਨੂੰ ਚੰਗਾ ਖਾਣਾ ਖੁਆਉਂਦਾ ਤੇ ਸਾਫ਼ ਬਿਸਤਰਾ ਦਿੰਦਾ।
   (ੲ) ਉਹ ਮੁਸਾਫ਼ਰਾਂ ਨੂੰ ਚੰਗਾ ਖਾਣਾ ਖੁਆਉਂਦਾ ਤੇ ਕੀਰਤਨ ਸੁਣਾਉਂਦਾ।

   ੩. ਜਦ ਰਾਤ ਹੋਈ ਤਾਂ ਸੱਜਣ ਨੇ ਗੁਰੂ ਨਾਨਕ ਦੇਵ ਜੀ ਨੂੰ ਕੀ ਕਿਹਾ?
   (ੳ) ਹੁਣ ਰਾਤ ਹੋ ਗਈ ਹੈ। ਆਪ ਹੁਣ ਸੌਂ ਜਾਵੋ।
   (ਅ) ਸੌਣ ਤੋਂ ਪਹਿਲਾਂ ਆਪਣਾ ਸਾਰਾ ਸਾਮਾਨ ਮੈਨੂੰ ਦੇ ਦਿਉ।
   (ੲ) ਸੌਣ ਤੋਂ ਪਹਿਲਾਂ ਇਕ ਸ਼ਬਦ ਸੁਣਾਵੋ।

   ੪. ਜਦ ਗੁਰੂ ਜੀ ਨੇ ਸ਼ਬਦ ਪੜ੍ਹਿਆ ਤਾਂ ਸੱਜਣ ਦੇ ਹੋਸ਼ ਕਿਉਂ ਉੱਡ ਗਏ?
   (ੳ) ਉਸਨੇ ਉਹ ਸ਼ਬਦ ਪਹਿਲਾਂ ਵੀ ਸੁਣਿਆ ਸੀ।
   (ਅ) ਉਸ ਨੂੰ ਸਮਝ ਆ ਗਈ ਸੀ ਕਿ ਗੁਰੂ ਜੀ ਉਸ ਬਾਰੇ ਸਭ ਜਾਣਦੇ ਹਨ।
   (ੲ) ਉਸ ਸ਼ਬਦ ਰਾਹੀਂ ਗੁਰੂ ਜੀ ਨੇ ਉਸ ਨੂੰ ਇਕ ਕਹਾਣੀ ਸੁਣਾਈ।

2. ਹੇਠਾਂ ਲਿਖੇ ਪ੍ਰਸ਼ਨਾਂ ਦੇ ਉੱਤਰ ਲਿਖੋ:

   ੧. ਸੱਜਣ ਨੇ ਆਪਣੇ ਘਰ ਵਿਚ ਕੀ ਬਣਾਇਆ ਹੋਇਆ ਸੀ?

   ____

   ੨. ਸੱਜਣ ਮੁਸਾਫ਼ਰਾਂ ਦੀ ਕਿਸ ਤਰ੍ਹਾਂ ਸੇਵਾ ਕਰਦਾ ਸੀ?

   ____

   ੩. ਜਦ ਮੁਸਾਫ਼ਰ ਸੌਂ ਜਾਂਦੇ ਤਾਂ ਸੱਜਣ ਤੇ ਉਸ ਦੇ ਸਾਥੀ ਕੀ ਕਰਦੇ ਸਨ?

   ____

   ੪. ਗੁਰੂ ਨਾਨਕ ਦੇਵ ਜੀ ਸੱਜਣ ਕੋਲ ਕਿਉਂ ਗਏ?

   ____

   ੫. ਗੁਰੂ ਨਾਨਕ ਦੇਵ ਜੀ ਨੇ ਸੌਣ ਤੋਂ ਪਹਿਲਾਂ ਕੀ ਕੀਤਾ?

   ____

੬. ਗੁਰੂ ਜੀ ਨੇ ਸੱਜਣ ਨੂੰ ਕੀ ਸਿੱਖਿਆ ਦਿੱਤੀ ?

____

3. ਠੀਕ ਜਾਂ ਗ਼ਲਤ ?

੧. ਸੱਜਣ ਬਹੁਤ ਚੰਗਾ ਬੰਦਾ ਸੀ ਤੇ ਸਭ ਦੀ ਸੇਵਾ ਕਰਦਾ ਸੀ। ________

੨. ਸੱਜਣ ਬਹੁਤ ਫ਼ੈਸ਼ਨ ਵਾਲੇ ਕੱਪੜੇ ਪਾਉਂਦਾ ਸੀ। ________

੩. ਗੁਰੂ ਜੀ ਸੱਜਣ ਦੇ ਘਰ ਸੇਵਾ ਕਰਾਉਣ ਲਈ ਗਏ ਸਨ। ________

੪. ਗੁਰੂ ਜੀ ਸੱਜਣ ਦੇ ਘਰ ਉਸ ਨੂੰ ਭੈੜੇ ਕੰਮਾਂ ਤੋਂ ਹਟਾਉਣ ਲਈ ਗਏ ਸਨ। ________

੫. ਗੁਰੂ ਜੀ ਨੇ ਕਿਹਾ ਕਿ ਜੋ ਧਨ ਸੱਜਣ ਇਕੱਠਾ ਕਰ ਰਿਹਾ ਸੀ, ਉਹ ਮਰਨ 'ਤੇ ਉਸ ਦੇ ਨਾਲ ਨਹੀਂ ਜਾਣਾ। ________

4. ਤੁਹਾਡੇ ਖ਼ਿਆਲ ਵਿਚ ਬੱਚਿਆਂ ਲਈ ਚੰਗੇ ਕੰਮ ਕੀ ਹਨ ?

____

____

____

____

5. ਹੇਠ ਲਿਖੇ ਸ਼ਬਦਾਂ ਨੂੰ ਵਾਕਾਂ ਵਿਚ ਵਰਤੋ :

ਧਰਮਸਾਲਾ ਗੁਰਦੁਆਰਾ ਸਰਾਂਅ ਘਰ

____

____

____

____

____

ਸ਼ਬਦ-ਖੋਜ

ਹੇਠਾਂ ਲਿਖੇ ਸ਼ਬਦ ਲੱਭੋ :

ਗੁ	ਰੂ	ਨਾ	ਨ	ਕ	ਦੇ	ਵ	ਜੀ	ਕਿ	ਘਾ	ਟਾ	ਵੰ
ਹਾ	ਨੁ	ਕਿ	ਭੋ	ਵਾ	ਧੂ	ਪਾ	ਨਾ	ਰ	ਮੁ	ਰਾ	ਡ
ਕ	ਕ	ਰ	ਪਾਂ	ਧਾ	ਨੌ	ਦ	ਮ	ਤ	ਫ਼	ਸ	ਛ
ਮ	ਸਾ	ਤ	ਲ	ਅ	ਕ	ਨ	ਜ	ਕ	ਤ	ਰ	ਕ
ਤ	ਨ	ਖ਼ਾ	ਹ	ਸੂ	ਰ	ਵਾ	ਪ	ਰ	ਲੋ	ਕਾ	ਣਾ
ਪੰ	ਗੁ	ਰੂ	ਜੀ	ਲ	ੜ	ਬ	ਣਾ	ਨੀ	ਕ	ਰ	ਕੰ
ਉ	ਪ	ਦੇ	ਸ਼	ਮਾ	ਲਾ	ਦੂ	ਕਾ	ਨ	ਧ	ਰ	ਮ
ਮੋ	ਦੀ	ਖ਼ਾ	ਨਾ	ਬਾ	ਲਾ	ਨ	ਬ	ਗੁ	ਰ	ਮੁ	ਖੀ

ਹਾਕਮ	ਸਰਕਾਰ	ਤਨਖ਼ਾਹ	ਘਾਟਾ	ਕਿਰਤ
ਮੋਦੀਖ਼ਾਨਾ	ਨੌਕਰ	ਮੁਫ਼ਤ	ਅਸੂਲ	ਵਾਧਾ
ਨੁਕਸਾਨ	ਨਵਾਬ	ਉਪਦੇਸ਼	ਨਾਮ ਜਪਣਾ	ਕਿਰਤ ਕਰਨੀ
ਲੋਕ	ਵੰਡ ਛਕਣਾ	ਗੁਰੂ ਜੀ	ਧਰਮ	

ਕੀ ਤੁਸੀਂ ਕੋਈ ਹੋਰ ਪੰਜਾਬੀ ਦੇ ਸ਼ਬਦ ਲੱਭ ਸਕਦੇ ਹੋ ?

ਪਾਠ 9

ਗੁਰੂ ਨਾਨਕ ਦੇਵ ਜੀ ਦੇ ਅਨੋਖੇ ਬਚਨ

ਇਸ ਪਾਠ ਵਿਚ ਆਏ ਮੁਸ਼ਕਲ ਸ਼ਬਦਾਂ ਨੂੰ ਬੋਲਣਾ ਤੇ ਉਹਨਾਂ ਦੇ ਮਤਲਬ ਸਿਖੋ।

ਭੈੜੇ	bad/mean	ਖ਼ੁਸ਼ਬੋ	fragrance	ਹੈਰਾਨ	surprised
ਭੇਜਿਆ	sent	ਸਲੂਕ	behaviour	ਚੰਦਨ	sandalwood
ਮੁਸਕਰਾਉਣਾ	smile	ਵਰ	blessing	ਤਸੱਲੀ	satisfaction
ਉੱਜੜ ਜਾਓ	live in desolation/move about				
ਵੱਸਦੇ ਰਹੋ	live happily at one place/stay put				

ਦੁਨੀਆ ਨੂੰ ਠੀਕ ਰਸਤੇ ਪਾਉਣ ਵਾਲੇ ਗੁਰੂ ਨਾਨਕ ਦੇਵ ਜੀ ਮਰਦਾਨੇ ਨੂੰ ਲੈ ਕੇ ਬੰਗਾਲ ਦੇ ਇਕ ਪਿੰਡ ਗਏ। ਇਸ ਪਿੰਡ ਦਾ ਨਾਂ ਕਿਸੇ ਨੂੰ ਨਹੀਂ ਪਤਾ। ਉਥੋਂ ਦੇ ਲੋਕ ਬਹੁਤ ਭੈੜੇ ਸਨ। ਉਹਨਾਂ ਨੇ ਗੁਰੂ ਜੀ ਨਾਲ ਬਹੁਤ ਭੈੜਾ ਸਲੂਕ ਕੀਤਾ। ਉਹਨਾਂ ਨੇ ਗੁਰੂ ਜੀ ਨੂੰ ਨਾ ਕੁਝ ਖਾਣ ਨੂੰ ਦਿੱਤਾ ਤੇ ਰਾਤ ਰਹਿਣ ਲਈ ਥਾਂ ਵੀ ਨਾ ਦਿੱਤੀ। ਗੁਰੂ ਜੀ ਜਦ ਉਥੋਂ ਤੁਰਨ ਲੱਗੇ ਤਾਂ ਗੁਰੂ ਜੀ ਨੇ ਪਿੰਡ ਵਾਸੀਆਂ ਨੂੰ ਵਰ ਦਿੱਤਾ, "ਵੱਸਦੇ ਰਹੋ, ਪਿੰਡ ਵਾਸੀਓ!"

ਅਗਲੇ ਪਿੰਡ ਗਏ ਤਾਂ ਉਥੋਂ ਦੇ ਲੋਕਾਂ ਨੇ ਗੁਰੂ ਜੀ ਅਤੇ ਮਰਦਾਨੇ ਦੀ ਬਹੁਤ ਸੇਵਾ ਕੀਤੀ। ਗੁਰੂ ਜੀ ਨੂੰ ਚੰਗਾ ਭੋਜਨ ਛਕਾਇਆ, ਰਾਤ ਨੂੰ ਸੌਣ ਲਈ ਬਿਸਤਰਾ ਦਿੱਤਾ ਅਤੇ ਗੁਰੂ ਜੀ ਨਾਲ ਪਿਆਰ ਨਾਲ ਗੱਲਾਂ ਕੀਤੀਆਂ। ਗੁਰੂ ਜੀ ਅਤੇ ਮਰਦਾਨੇ ਨੇ ਉਸ ਪਿੰਡ ਵਿਚ ਇਕ ਰਾਤ ਬਿਤਾਈ। ਗੁਰੂ ਜੀ ਜਦ ਉਥੋਂ ਤੁਰਨ ਲੱਗੇ ਤਾਂ ਉਹਨਾਂ ਨੇ ਪਿੰਡ ਵਾਲਿਆਂ ਨੂੰ ਵਰ ਦਿੱਤਾ, "ਉੱਜੜ ਜਾਓ, ਪਿੰਡ ਵਾਸੀਓ!"

ਗੁਰੂ ਜੀ ਦੇ ਇਹ ਅਨੋਖੇ ਬਚਨ ਸੁਣ ਕੇ ਮਰਦਾਨਾ ਬਹੁਤ ਹੈਰਾਨ ਹੋਇਆ ਤੇ ਕਹਿਣ ਲੱਗਾ, "ਗੁਰੂ ਜੀ, ਜਿਨ੍ਹਾਂ ਲੋਕਾਂ ਨੇ ਇੰਨਾ ਭੈੜਾ ਸਲੂਕ ਕੀਤਾ, ਸਾਡੀ ਕੋਈ ਸੇਵਾ ਨਹੀਂ ਕੀਤੀ, ਖਾਣਾ ਨਹੀਂ ਖੁਆਇਆ, ਰਾਤ ਸੌਣ ਨੂੰ ਬਿਸਤਰਾ ਨਹੀਂ ਪੁੱਛਿਆ, ਉਹਨਾਂ ਨੂੰ ਤੁਸੀਂ ਵੱਸਦੇ ਰਹਿਣ ਦਾ ਵਰ ਦਿੱਤਾ। ਤੇ ਜਿਨ੍ਹਾਂ ਲੋਕਾਂ ਨੇ ਸਾਡੇ ਨਾਲ ਚੰਗਾ ਸਲੂਕ ਕੀਤਾ, ਸਾਡੀ ਇੰਨੀ ਸੇਵਾ ਕੀਤੀ, ਚੰਗਾ ਖਾਣਾ ਖੁਆਇਆ, ਸੌਣ ਲਈ ਬਿਸਤਰਾ ਦਿੱਤਾ, ਪਿਆਰ ਨਾਲ ਗੱਲਾਂ ਕੀਤੀਆਂ, ਉਹਨਾਂ ਨੂੰ ਤੁਸੀਂ ਉੱਜੜ ਜਾਣ ਦਾ ਵਰ ਦਿੱਤਾ। ਇਹ ਕਿਸ ਤਰ੍ਹਾਂ ਦਾ ਨਿਆਂ ਹੈ?"

ਗੁਰੂ ਜੀ ਮੁਸਕਰਾ ਕੇ ਬੋਲੇ, "ਮਰਦਾਨਿਆ, ਪਹਿਲੇ ਪਿੰਡ ਦੇ ਲੋਕ ਰੋਗੀ ਹਨ। ਉਹ ਜਿਥੇ ਵੀ ਜਾਣਗੇ, ਉਥੇ ਹੀ ਹੋਰ ਲੋਕਾਂ ਨੂੰ ਰੋਗੀ ਕਰਨਗੇ। ਉਹ ਆਪਣਾ ਭੈੜਾ ਸੁਭਾਅ ਨਾਲ ਲੈ ਕੇ ਜਾਣਗੇ। ਇਸ ਲਈ ਇਹ ਚੰਗਾ ਹੈ ਕਿ ਉਹ ਇਸ ਪਿੰਡ ਵਿਚ ਹੀ ਰਹਿਣ ਤਾਂ ਕਿ ਬਾਕੀ ਪਿੰਡਾਂ ਦੇ ਲੋਕ ਇਹਨਾਂ ਦੀਆਂ ਭੈੜੀਆਂ ਗੱਲਾਂ ਨਾ ਸਿੱਖ ਜਾਣ। ਦੂਸਰੇ ਪਿੰਡ ਦੇ ਲੋਕ ਚੰਦਨ ਦੀ ਲੱਕੜੀ ਦੀ ਤਰ੍ਹਾਂ ਹਨ। ਉਹ ਜਿਥੇ ਵੀ ਜਾਣਗੇ, ਆਪਣੇ ਚੰਗੇ ਗੁਣ ਇਸ ਤਰ੍ਹਾਂ ਵੰਡਣਗੇ, ਜਿਸ ਤਰ੍ਹਾਂ ਚੰਦਨ ਦੀ ਖ਼ੁਸ਼ਬੋ ਤੇ ਇਹਨਾਂ ਦੇ ਨਾਲ ਰਹਿ ਕੇ ਹੋਰ ਪਿੰਡਾਂ ਦੇ ਲੋਕ ਵੀ ਚੰਗੀਆਂ ਗੱਲਾਂ ਸਿੱਖ ਜਾਣਗੇ। ਇਸ ਲਈ ਇਨ੍ਹਾਂ ਲੋਕਾਂ ਨੂੰ ਉੱਜੜ ਜਾਣ ਦਾ ਵਰ ਦਿੱਤਾ ਹੈ।"

ਗੁਰੂ ਜੀ ਦਾ ਜਵਾਬ ਸੁਣ ਕੇ ਮਰਦਾਨੇ ਦੀ ਤਸੱਲੀ ਹੋ ਗਈ ਤੇ ਉਹ ਅਗਲੇ ਪਿੰਡ ਵੱਲ ਤੁਰ ਪਏ।

ਅਭਿਆਸ

1. ਹੇਠਾਂ ਲਿਖੇ ਪ੍ਰਸ਼ਨਾਂ ਲਈ ਠੀਕ ਉੱਤਰ ਚੁਣੋ :

   ੧. ਦੋਹਾਂ ਪਿੰਡਾਂ ਦੇ ਵਾਸੀਆਂ ਦਾ ਕੀ ਫ਼ਰਕ ਸੀ ?
   (ੳ) ਇਕ ਪਿੰਡ ਦੇ ਲੋਕ ਅਮੀਰ ਸਨ ਤੇ ਦੂਸਰੇ ਪਿੰਡ ਦੇ ਲੋਕ ਗ਼ਰੀਬ।
   (ਅ) ਇਕ ਪਿੰਡ ਦੇ ਲੋਕ ਲੰਮੇ ਸਨ ਤੇ ਦੂਸਰੇ ਪਿੰਡ ਦੇ ਲੋਕ ਛੋਟੇ।
   (ੲ) ਇਕ ਪਿੰਡ ਦੇ ਲੋਕ ਚੰਗੇ ਸਨ ਤੇ ਦੂਸਰੇ ਪਿੰਡ ਦੇ ਲੋਕ ਭੈੜੇ।

   ੨. ਗੁਰੂ ਜੀ ਦੇ ਦੋ ਵਰ ਸੁਣ ਕੇ ਮਰਦਾਨੇ ਨੇ ਕਿਸ ਤਰ੍ਹਾਂ ਮਹਿਸੂਸ ਕੀਤਾ ?
   (ੳ) ਉਸ ਨੂੰ ਗੁਰੂ ਜੀ ਦੇ ਵਰ ਬਹੁਤ ਚੰਗੇ ਲੱਗੇ।
   (ਅ) ਉਸ ਨੂੰ ਬਹੁਤ ਹੈਰਾਨੀ ਹੋਈ।
   (ੲ) ਉਹ ਗੁਰੂ ਜੀ ਦੇ ਵਰ ਸੁਣ ਕੇ ਬਹੁਤ ਹੱਸਿਆ।

   ੩. ਗੁਰੂ ਜੀ ਨੇ ਭੈੜੇ ਲੋਕਾਂ ਨੂੰ ਵੱਸੇ ਰਹਿਣ ਦਾ ਵਰ ਕਿਉਂ ਦਿੱਤਾ ?
   (ੳ) ਉਹ ਚਾਹੁੰਦੇ ਸਨ ਕਿ ਇਹ ਲੋਕ ਹਮੇਸ਼ਾ ਖ਼ੁਸ਼ ਰਹਿਣ।
   (ਅ) ਉਹ ਚਾਹੁੰਦੇ ਸਨ ਕਿ ਇਹ ਲੋਕ ਹੋਰ ਲੋਕਾਂ ਨੂੰ ਨਾ ਮਿਲਣ।
   (ੲ) ਉਹ ਚਾਹੁੰਦੇ ਸਨ ਕਿ ਸਭ ਲੋਕ ਇਹਨਾਂ ਲੋਕਾਂ ਵਰਗੇ ਬਣ ਜਾਣ।

   ੪. ਗੁਰੂ ਜੀ ਨੇ ਚੰਗੇ ਲੋਕਾਂ ਨੂੰ ਉੱਜੜ ਜਾਣ ਦਾ ਵਰ ਕਿਉਂ ਦਿੱਤਾ ?
   (ੳ) ਉਹ ਚਾਹੁੰਦੇ ਸਨ ਕਿ ਇਹ ਲੋਕ ਹੋਰ ਲੋਕਾਂ ਨੂੰ ਵੀ ਚੰਗੀਆਂ ਗੱਲਾਂ ਸਿਖਾਉਣ।
   (ਅ) ਉਹ ਚਾਹੁੰਦੇ ਸਨ ਕਿ ਇਹ ਲੋਕ ਕਿਤੇ ਵੀ ਖ਼ੁਸ਼ ਨਾ ਰਹਿਣ।
   (ੲ) ਉਹ ਚਾਹੁੰਦੇ ਸਨ ਕਿ ਇਹਨਾਂ ਲੋਕਾਂ ਦੇ ਪਿੰਡ ਵਿਚ ਕੋਈ ਨਾ ਰਹੇ।

   ੫. ਗੁਰੂ ਜੀ ਨੇ ਚੰਗੇ ਗੁਣਾਂ ਦੀ ਤੁਲਨਾ (comparison) ਕਿਸ ਨਾਲ ਕੀਤੀ ?
   (ੳ) ਫੁੱਲਾਂ ਦੀ ਖ਼ੁਸ਼ਬੋ ਨਾਲ।
   (ਅ) ਚੰਦਨ ਦੀ ਲੱਕੜੀ ਦੀ ਖ਼ੁਸ਼ਬੋ ਨਾਲ।
   (ੲ) ਸਰੀਰ ਦੇ ਰੋਗ ਨਾਲ।

2. ਹੇਠਾਂ ਲਿਖੇ ਪ੍ਰਸ਼ਨਾਂ ਦੇ ਉੱਤਰ ਲਿਖੋ :

੧. ਪਹਿਲੇ ਪਿੰਡ ਦੇ ਭੈੜੇ ਲੋਕਾਂ ਨੇ ਗੁਰੂ ਜੀ ਨਾਲ ਕਿਸ ਤਰ੍ਹਾਂ ਦਾ ਸਲੂਕ ਕੀਤਾ ?

____

____

੨. ਗੁਰੂ ਜੀ ਨੇ ਉਹਨਾਂ ਨੂੰ ਕੀ ਵਰ ਦਿੱਤਾ ?

____

____

੩. ਗੁਰੂ ਜੀ ਨੇ ਭੈੜੇ ਲੋਕਾਂ ਨੂੰ ਚੰਗਾ ਵਰ ਕਿਉਂ ਦਿੱਤਾ ?

____

____

੪. ਦੂਸਰੇ ਪਿੰਡ ਦੇ ਚੰਗੇ ਲੋਕਾਂ ਨੇ ਗੁਰੂ ਜੀ ਨਾਲ ਕਿਸ ਤਰ੍ਹਾਂ ਦਾ ਸਲੂਕ ਕੀਤਾ ?

____

____

੫. ਗੁਰੂ ਜੀ ਨੇ ਚੰਗੇ ਲੋਕਾਂ ਨੂੰ ਕੀ ਵਰ ਦਿੱਤਾ ?

____

____

੬. ਗੁਰੂ ਜੀ ਨੇ ਚੰਗੇ ਲੋਕਾਂ ਨੂੰ ਉੱਜੜ ਜਾਣ ਦਾ ਵਰ ਕਿਉਂ ਦਿੱਤਾ ?

____

____

3. ਹੇਠਾਂ ਖ਼ਾਲੀ ਥਾਵਾਂ ਭਰੋ :

ਦੂਸਰੇ ਪਿੰਡ ਦੇ ਲੋਕ____________ਦੀ ਲਕੜੀ ਦੀ ਤਰ੍ਹਾਂ ਹਨ। ਉਹ ਜਿਥੇ ਵੀ ਜਾਣਗੇ, ਆਪਣੇ____________ ਗੁਣ ਇਸ ਤਰ੍ਹਾਂ ਵੰਡਣਗੇ, ਜਿਸ ਤਰ੍ਹਾਂ ਚੰਦਨ ਦੀ____________। ਤੇ ਇਹਨਾਂ ਦੇ ਨਾਲ ਰਹਿ ਕੇ ਹੋਰ ਪਿੰਡਾਂ ਦੇ ਲੋਕ ਵੀ____________ਗੱਲਾਂ ਸਿੱਖ ਜਾਣਗੇ।

ਪਾਠ 10

ਗੁਰੂ ਨਾਨਕ ਦੇਵ ਜੀ ਮੱਕੇ ਵਿਚ

ਇਸ ਪਾਠ ਵਿਚ ਆਏ ਮੁਸ਼ਕਲ ਸ਼ਬਦਾਂ ਨੂੰ ਬੋਲਣਾ ਤੇ ਉਹਨਾਂ ਦੇ ਮਤਲਬ ਸਿਖੋ।

ਪਵਿੱਤਰ	holy	ਅਸਥਾਨ	place	ਪੱਥਰ	stone
ਇੱਛਾ	desire	ਘਸੀਟੇ	dragged	ਘੁੰਮਣਾ	to turn
ਕੌਤਕ	chrisma	ਦਰਵੇਸ਼	holy man	ਚਰਨ	feet
ਵੱਲ	towards	ਅੱਲਾ	Islamic name for God		
ਹਾਜੀ	one who goes on Hajj to Mecca				

ਮੱਕਾ ਮੁਸਲਮਾਨਾਂ ਦਾ ਬਹੁਤ ਪਵਿੱਤਰ ਅਸਥਾਨ ਹੈ। ਮੱਕੇ ਵਿਚ ਇਕ ਪੱਥਰ ਹੈ, ਜਿਸ ਨੂੰ ਕਾਅਬਾ ਕਿਹਾ ਜਾਂਦਾ ਹੈ। ਹਰ ਮੁਸਲਮਾਨ ਦੀ ਇਹ ਇੱਛਾ ਹੁੰਦੀ ਹੈ ਕਿ ਉਹ ਜ਼ਿੰਦਗੀ ਵਿਚ ਇਕ ਵਾਰ ਮੱਕੇ ਜਾ ਕੇ ਕਾਅਬੇ ਦੇ ਦਰਸ਼ਨ ਜ਼ਰੂਰ ਕਰੇ। ਮੱਕੇ ਦੇ ਸਫ਼ਰ ਨੂੰ ਹੱਜ ਕਿਹਾ ਜਾਂਦਾ ਹੈ। ਉਹ ਲੋਕ ਜੋ ਕਿ ਮੱਕੇ ਜਾਂਦੇ ਹਨ, ਉਹਨਾਂ ਨੂੰ ਹਾਜੀ ਕਿਹਾ ਜਾਂਦਾ ਹੈ।

ਗੁਰੂ ਨਾਨਕ ਦੇਵ ਜੀ ਇਕ ਵਾਰ ਮੱਕੇ ਵੱਲ ਜਾ ਰਹੇ ਸਨ। ਉਹ ਉਥੇ ਜਾ ਕੇ ਲੋਕਾਂ ਨੂੰ ਚੰਗੀਆਂ ਗੱਲਾਂ ਸਿਖਾਉਣੀਆਂ ਚਾਹੁੰਦੇ ਸਨ। ਗੁਰੂ ਜੀ ਦੇ ਨਾਲ ਨਾਲ ਇਕ ਹਾਜੀ ਵੀ ਜਾ ਰਿਹਾ ਸੀ। ਗਰਮੀ ਬਹੁਤ ਸੀ। ਅਚਾਨਕ ਇਕ ਬੱਦਲ ਅਸਮਾਨ ਵਿਚ ਆਇਆ। ਹਾਜੀ ਨੇ ਸੋਚਿਆ ਕਿ ਅੱਲਾ ਨੇ ਛਾਂ ਕਰਨ ਲਈ ਬੱਦਲ ਭੇਜ ਦਿੱਤਾ ਹੈ। ਇਸ ਹਾਜੀ ਨੇ ਸੋਚਿਆ ਕਿ ਗੁਰੂ ਨਾਨਕ ਮੁਸਲਮਾਨ ਨਹੀਂ ਹੈ, ਇਸ ਲਈ ਉਸ ਉੱਤੇ ਬੱਦਲ ਦੀ ਛਾਂ ਨਹੀਂ ਹੋਣੀ ਚਾਹੀਦੀ।

"ਹੇ ਦਰਵੇਸ਼, ਤੂੰ ਹਿੰਦੂ ਹੈਂ ਨਾ? ਤੂੰ ਮੱਕੇ ਨਾ ਜਾ। ਉਥੇ ਤੇਰਾ ਕੀ ਕੰਮ? ਪਰ ਜੇਕਰ ਤੂੰ ਜਾਣਾ ਹੀ ਹੈ ਤਾਂ ਤੂੰ ਜਾਂ ਤਾਂ ਮੇਰੇ ਨਾਲੋਂ ਅੱਗੇ ਚੱਲ ਜਾਂ ਪਿੱਛੇ। ਮੇਰੇ ਨਾਲ ਨਾਲ ਨਾ ਚੱਲ।" ਹਾਜੀ ਨੇ ਗੁਰੂ ਜੀ ਨੂੰ ਕਿਹਾ।

ਹਾਜੀ ਦੇ ਅਜਿਹਾ ਕਹਿਣ 'ਤੇ ਗੁਰੂ ਜੀ ਨੇ ਆਪਣਾ ਰਸਤਾ ਹੀ ਬਦਲ ਲਿਆ। ਗੁਰੂ ਜੀ ਦੇ ਉਥੋਂ ਜਾਣ ਦੀ ਦੇਰ ਸੀ ਕਿ ਹਾਜੀ ਦੇ ਸਿਰ ਉੱਤੇ ਫਿਰ ਧੁੱਪ ਆ ਚੜ੍ਹੀ। ਹੁਣ ਉਥੇ ਨਾ ਛਾਂ ਸੀ ਤੇ ਨਾ ਹੀ ਛਾਂ ਕਰਨ ਵਾਲਾ ਬੱਦਲ। ਹਾਜੀ ਬਹੁਤ ਉਦਾਸ ਹੋ ਗਿਆ।

ਗੁਰੂ ਜੀ ਮੱਕੇ ਜਾ ਪਹੁੰਚੇ। ਉਥੇ ਉਹ ਕਾਅਬੇ ਵੱਲ ਪੈਰ ਕਰ ਕੇ ਸੌਂ ਗਏ। ਸਵੇਰ ਵੇਲੇ ਜਦ

ਜੀਵਨ ਸੇਵਾ ਕਰਨ ਲਈ ਆਇਆ ਤਾਂ ਗੁਰੂ ਜੀ ਦੇ ਪੈਰ ਕਾਅਬੇ ਵੱਲ ਦੇਖ ਕੇ ਬਹੁਤ ਨਾਰਾਜ਼ ਹੋਇਆ। ਉਸ ਨੇ ਗ਼ੁੱਸੇ ਵਿਚ ਗੁਰੂ ਜੀ ਨੂੰ ਲੱਤ ਮਾਰੀ।

ਗੁਰੂ ਜੀ ਅੱਖਾਂ ਮਲਦੇ ਉਠ ਪਏ ਤੇ ਕਹਿਣ ਲੱਗੇ, "ਭਲੇ ਲੋਕ, ਕੀ ਹੋਇਆ ਹੈ ?" ਜੀਵਨ ਬੋਲਿਆ, "ਤੂੰ ਰੱਬ ਦੇ ਘਰ ਵੱਲ ਪੈਰ ਕਰ ਕੇ ਕਿਉਂ ਸੁੱਤਾ ਹੈਂ ?" ਤਾਂ ਗੁਰੂ ਜੀ ਪਿਆਰ ਨਾਲ ਬੋਲੇ, "ਰੱਬ ਦੇ ਬੰਦੇ, ਜਿਸ ਪਾਸੇ ਰੱਬ ਦਾ ਘਰ ਜਾਂ ਕਾਅਬਾ ਨਹੀਂ, ਤੂੰ ਪੈਰ ਉਸ ਪਾਸੇ ਕਰ ਦੇ ਤੇ ਗ਼ੁੱਸੇ ਨਾ ਹੋ।"

ਗ਼ੁੱਸੇ ਵਿਚ ਆਏ ਹੋਏ ਜੀਵਨ ਨੇ ਗੁਰੂ ਜੀ ਦੇ ਪੈਰ ਪਕੜ ਕੇ ਦੂਸਰੇ ਪਾਸੇ ਵੱਲ ਘਸੀਟੇ। ਪਰ ਕੀ ਦੇਖਦਾ ਹੈ ਕਿ ਜਿਸ ਪਾਸੇ ਗੁਰੂ ਜੀ ਦੇ ਪੈਰ ਹਨ, ਉਸ ਪਾਸੇ ਹੀ ਕਾਅਬਾ ਹੈ। ਇਸ ਤਰ੍ਹਾਂ ਉਸ ਨੇ ਜਿਸ ਪਾਸੇ ਵੀ ਗੁਰੂ ਜੀ ਦੇ ਪੈਰ ਘੁਮਾਏ, ਮੱਕਾ ਵੀ ਨਾਲ ਨਾਲ ਹੀ ਘੁੰਮਦਾ ਜਾਪਿਆ।

ਜੀਵਨ ਗੁਰੂ ਜੀ ਦਾ ਇਹ ਕੌਤਕ ਦੇਖ ਕੇ ਬਹੁਤ ਹੈਰਾਨ ਹੋਇਆ। ਉਹ ਪਿਆਰ ਨਾਲ ਗੁਰੂ ਜੀ ਦੇ ਚਰਨਾਂ 'ਤੇ ਡਿੱਗ ਪਿਆ। ਇੰਨੇ ਨੂੰ ਕਾਜ਼ੀ ਰੁਕਨ ਦੀਨ ਤੇ ਹੋਰ ਹਾਜੀ ਵੀ ਉਥੇ ਆ ਗਏ।

ਗੁਰੂ ਜੀ ਨੇ ਉਹਨਾਂ ਨੂੰ ਸਮਝਾਇਆ ਕਿ ਰੱਬ ਕਿਸੇ ਇਕ ਥਾਂ 'ਤੇ ਨਹੀਂ ਰਹਿੰਦਾ। ਰੱਬ ਤਾਂ ਹਰ ਥਾਂ 'ਤੇ ਵੱਸਦਾ ਹੈ। ਸਭ ਹਾਜੀਆਂ ਨੇ ਗੁਰੂ ਜੀ ਨੂੰ ਸੀਸ ਨਿਵਾਇਆ।

ਅਭਿਆਸ

1. ਹੇਠਾਂ ਲਿਖੇ ਪ੍ਰਸ਼ਨਾਂ ਲਈ ਠੀਕ ਉੱਤਰ ਚੁਣੋ :

   ੧. ਮੱਕਾ ਕੀ ਹੈ ?
   (ੳ) ਮੱਕਾ ਇਕ ਪਵਿੱਤਰ ਪੱਥਰ ਹੈ।
   (ਅ) ਮੱਕਾ ਇਕ ਪਵਿੱਤਰ ਅਸਥਾਨ ਹੈ।
   (ੲ) ਮੱਕਾ ਬਹੁਤ ਦੂਰ ਹੈ।

   ੨. ਕਾਅਬਾ ਕੀ ਹੈ ?
   (ੳ) ਕਾਅਬਾ ਇਕ ਪਵਿੱਤਰ ਪੱਥਰ ਹੈ।
   (ਅ) ਕਾਅਬਾ ਇਕ ਪਵਿੱਤਰ ਅਸਥਾਨ ਹੈ।
   (ੲ) ਕਾਅਬਾ ਮੱਕੇ ਵਿਚ ਹੈ।

   ੩. ਹਾਜੀ ਕੌਣ ਹੁੰਦਾ ਹੈ ?
   (ੳ) ਹਾਜੀ ਉਹ ਹੈ, ਜੋ ਮੁਸਲਮਾਨ ਹੈ।
   (ਅ) ਹਾਜੀ ਉਹ ਹੈ, ਜੋ ਨਮਾਜ਼ ਪੜ੍ਹਦਾ ਹੈ।
   (ੲ) ਹਾਜੀ ਉਹ ਹੈ, ਜੋ ਹੱਜ ਕਰਨ ਮੱਕੇ ਜਾਂਦਾ ਹੈ।

   ੪. ਜਦ ਹਾਜੀ ਨੇ ਅਸਮਾਨ ਵਿਚ ਬੱਦਲ ਦੇਖਿਆ ਤਾਂ ਉਸ ਨੇ ਗੁਰੂ ਜੀ ਨੂੰ ਆਪਣੇ ਨਾਲ ਚੱਲਣ ਤੋਂ ਕਿਉਂ ਰੋਕ ਦਿੱਤਾ ?
   (ੳ) ਕਿਉਂਕਿ ਗੁਰੂ ਜੀ ਬਹੁਤ ਤੇਜ਼ ਚੱਲ ਰਹੇ ਸਨ।
   (ਅ) ਕਿਉਂਕਿ ਗੁਰੂ ਜੀ ਮੁਸਲਮਾਨ ਨਹੀਂ ਸਨ।
   (ੲ) ਕਿਉਂਕਿ ਬੱਦਲ ਹਾਜੀ ਨੂੰ ਛਾਂ ਦੇਣ ਲਈ ਆਇਆ ਸੀ।

੫. ਜਦ ਜੀਵਨ ਨੇ ਗੁਰੂ ਜੀ ਨੂੰ ਲੱਤ ਮਾਰੀ ਤਾਂ ਗੁਰੂ ਜੀ ਨੇ ਕੀ ਕੀਤਾ ?
(ੳ) ਗੁਰੂ ਜੀ ਨੂੰ ਬਹੁਤ ਦੁੱਖ ਹੋਇਆ।
(ਅ) ਗੁਰੂ ਜੀ ਨੇ ਜੀਵਨ ਦੀ ਲੱਤ ਫੜ ਲਈ।
(ੲ) ਗੁਰੂ ਜੀ ਨੇ ਉਸ ਨਾਲ ਪਿਆਰ ਨਾਲ ਗੱਲ ਕੀਤੀ।

੬. ਜਦ ਜੀਵਨ ਨੇ ਗੁਰੂ ਜੀ ਦੇ ਪੈਰ ਘਸੀਟੇ ਤਾਂ ਕੀ ਹੋਇਆ ?
(ੳ) ਬਹੁਤ ਲੋਕ ਉਸ ਦੇ ਦੁਆਲੇ ਇਕੱਠੇ ਹੋ ਗਏ।
(ਅ) ਗੁਰੂ ਜੀ ਨੂੰ ਬਹੁਤ ਦਰਦ ਹੋਈ।
(ੲ) ਜੀਵਨ ਨੂੰ ਮੱਕਾ ਘੁੰਮਦਾ ਨਜ਼ਰ ਆਇਆ।

੭. ਗੁਰੂ ਜੀ ਮੁਸਲਮਾਨ ਨਹੀਂ ਸਨ, ਫਿਰ ਉਹ ਮੱਕੇ ਕਿਉਂ ਗਏ ?
(ੳ) ਗੁਰੂ ਜੀ ਨੂੰ ਸਭ ਧਰਮ ਚੰਗੇ ਲੱਗਦੇ ਸਨ।
(ਅ) ਗੁਰੂ ਜੀ ਉਥੋਂ ਦੇ ਲੋਕਾਂ ਨੂੰ ਚੰਗੀਆਂ ਗੱਲਾਂ ਸਿਖਾਉਣੀਆਂ ਚਾਹੁੰਦੇ ਸਨ।
(ੲ) ਗੁਰੂ ਜੀ ਹਰ ਸਾਲ ਮੱਕੇ ਜਾਂਦੇ ਸਨ।

2. ਹੇਠ ਲਿਖੇ ਪ੍ਰਸ਼ਨਾਂ ਦੇ ਉੱਤਰ ਲਿਖੋ :

੧. ਲੋਕ ਮੱਕੇ ਕਿਉਂ ਜਾਂਦੇ ਹਨ ?

____

੨. ਜੀਵਨ ਨੇ ਗੁਰੂ ਜੀ ਨੂੰ ਲੱਤ ਕਿਉਂ ਮਾਰੀ ?

____

੩. ਇਸ ਸਾਖੀ ਵਿਚ ਗੁਰੂ ਨਾਨਕ ਨੇ ਲੋਕਾਂ ਨੂੰ ਕੀ ਉਪਦੇਸ਼ ਦਿੱਤਾ ?

____

3. ਹੇਠਾਂ ਖ਼ਾਲੀ ਥਾਵਾਂ ਭਰੋ :

ਗੁਰੂ ਜੀ ਨੇ ਉਹਨਾਂ ਨੂੰ__________ਕਿ__________ਕਿਸੇ ਇਕ ਥਾਂ 'ਤੇ ਨਹੀਂ ਰਹਿੰਦਾ। ਰੱਬ ਤਾਂ__________ਥਾਂ 'ਤੇ ਵੱਸਦਾ ਹੈ।

ਸ਼ਬਦ-ਖੋਜ

ਹੇਠਾਂ ਲਿਖੇ ਸ਼ਬਦ ਲੱਭੋ :

ਕੌ	ਤ	ਕ	ਲਾ	ਜੀ	ਚੰ	ਗ	ਆ	ਮੱ	ਕਾ	ਟਾ	ਨ
ਭੇ	ਨੁ	ਰਿ	ਸ਼	ਵ	ਮ	ਅ	ਸ	ਥਾ	ਨ	ਗੁ	ਪਿ
ਦ	ਰ	ਸ਼	ਨ	ਣ	ਉ	ਚੰ	ਗੀ	ਪ	ਅ	ਰੂ	ਆ
ਨ	ਜ਼	ਰ	ਮਿੰ	ਅ	ਪ	ਗੀ	ਜ	ਥੱ	ਗ	ਜੀ	ਰ
ਵ	ਰੂ	ਖਾ	ਕਾ	ਅ	ਬਾ	ਆਂ	ਦ	ਰ	ਸ਼	ਨ	ਣਾ
ਲ	ਰ	ਪ	ਵਿੱ	ਤ	ਰ	ਬੱ	ਰ	ਨੀ	ਬ	ਰ	ਜ਼ਿੰ
ਸ	ਨ	ਦੇ	ਸ਼	ਰੱ	ਬ	ਦ	ਵੇ	ਹਾ	ਸਾ	ਰ	ਦ
ਮੁ	ਸ	ਲ	ਮਾ	ਨ	ਗਾਂ	ਲ	ਸ਼	ਜੀ	ਸ਼	ਮੁ	ਗੀ

ਪਵਿੱਤਰ ਅਸਥਾਨ ਪੱਥਰ ਕੌਤਕ ਚਰਨ

ਜੀਵਨ ਮੱਕਾ ਕਾਅਬਾ ਹਾਜੀ ਗੁਰੂ ਜੀ

ਰੱਬ ਬੱਦਲ ਪਿਆਰ ਨਜ਼ਰ ਦਰਵੇਸ਼

ਚੰਗੀਆਂ ਜ਼ਿੰਦਗੀ ਦਰਸ਼ਨ ਮੁਸਲਮਾਨ ਜ਼ਰੂਰ

ਕੀ ਤੁਸੀਂ ਕੋਈ ਹੋਰ ਪੰਜਾਬੀ ਦੇ ਸ਼ਬਦ ਲੱਭ ਸਕਦੇ ਹੋ ?

____

ਪਾਠ 11

ਸ੍ਰੀ ਲਹਿਣਾ ਜੀ ਨਾਲ ਮਿਲਾਪ

ਇਸ ਪਾਠ ਵਿਚ ਆਏ ਮੁਸ਼ਕਲ ਸ਼ਬਦਾਂ ਨੂੰ ਬੋਲਣਾ ਤੇ ਉਹਨਾਂ ਦੇ ਮਤਲਬ ਸਿੱਖੋ।					
ਦੁਰਗਾ ਦੇਵੀ	Durga goddess	ਕਿੱਲਾ	stake	ਬੁੱਤ	statues
ਪੁਜਾਰੀ	priest	ਮਹਾਂਪੁਰਖ	great holy man	ਧਰਮ	religion
ਘੁੰਗਰੂ	jingle bells	ਪੂਜਾ	worship	ਫ਼ੈਸਲਾ	decision
ਨੱਚਣਾ	to dance	ਭਜਨ	religious songs	ਤੀਰਥ ਯਾਤਰਾ	pilgrimage

ਅੰਮ੍ਰਿਤਸਰ ਜ਼ਿਲ੍ਹੇ ਵਿਚ ਇਕ ਪਿੰਡ ਖਡੂਰ ਹੈ। ਗੁਰੂ ਨਾਨਕ ਦੇਵ ਜੀ ਦੇ ਸਮੇਂ ਵਿਚ ਸਾਰੇ ਪਿੰਡ ਦੇ ਨਿਵਾਸੀ ਹਿੰਦੂ ਸਨ ਤੇ ਦੁਰਗਾ ਦੇਵੀ ਦੀ ਪੂਜਾ ਕਰਦੇ ਸਨ। ਇਕ ਦੁਰਗਾ ਦੇ ਪੁਜਾਰੀ ਦਾ ਨਾਂ ਲਹਿਣਾ ਸੀ। ਉਹ ਦੇਵੀ ਦੇ ਭਜਨ ਗਾਉਂਦਾ ਅਤੇ ਪੈਰਾਂ ਵਿਚ ਘੁੰਗਰੂ ਪਾ ਕੇ ਦੇਵੀ ਦੇ ਬੁੱਤ ਦੇ ਅੱਗੇ ਨੱਚਦਾ। ਹਰ ਸਾਲ ਦੇਵੀ ਦੇ ਦਰਸ਼ਨ ਕਰਨ ਤੀਰਥ ਯਾਤਰਾ 'ਤੇ ਜਾਂਦਾ। ਉਸੇ ਪਿੰਡ ਵਿਚ ਇਕ ਸਿੱਖ ਰਹਿੰਦਾ ਸੀ, ਜੋ ਹਰ ਵੇਲੇ ਗੁਰੂ ਗੁਰੂ ਜਪਦਾ ਰਹਿੰਦਾ ਸੀ। ਉਸ ਦਾ ਨਾਂ ਭਾਈ ਜੋਧਾ ਸੀ। ਭਾਈ ਜੋਧੇ 'ਤੇ ਸਾਰਾ ਪਿੰਡ ਹੱਸਦਾ ਸੀ, ਕਿਉਂਕਿ ਉਹ ਬਾਕੀ ਲੋਕਾਂ ਨਾਲੋਂ ਵੱਖਰਾ ਸੀ। ਉਹ ਦੁਰਗਾ ਦੇਵੀ ਦੀ ਪੂਜਾ ਨਹੀਂ ਕਰਦਾ ਸੀ।

ਇਕ ਦਿਨ ਰੋਜ਼ ਦੀ ਤਰ੍ਹਾਂ ਭਾਈ ਜੋਧਾ ਗੁਰੂ ਨਾਨਕ ਦੇਵ ਜੀ ਦੀ ਉਚਾਰੀ ਬਾਣੀ ਜਪੁਜੀ ਸਾਹਿਬ ਪੜ੍ਹ ਰਿਹਾ ਸੀ ਤਾਂ ਸ਼ਬਦ ਭਾਈ ਲਹਿਣਾ ਜੀ ਦੇ ਕੰਨਾਂ ਵਿਚ ਪਏ। ਪਾਠ ਸੁਣ ਕੇ ਉਹਨਾਂ ਨੂੰ ਬਹੁਤ ਆਨੰਦ ਆਇਆ। ਉਹ ਭਾਈ ਜੋਧਾ ਕੋਲ ਗਏ ਤੇ ਪੁੱਛਣ ਲੱਗੇ, "ਇਹ ਸ਼ਬਦ ਕਿਸ ਦੇ ਹਨ?" ਤਾਂ ਭਾਈ ਜੋਧਾ ਬੋਲਿਆ, "ਇਹ ਸ਼ਬਦ ਗੁਰੂ ਨਾਨਕ ਦੇਵ ਜੀ ਦੇ ਹਨ।" ਭਾਈ ਲਹਿਣਾ ਦੇ ਪੁੱਛਣ 'ਤੇ ਭਾਈ ਜੋਧੇ ਨੇ ਦੱਸਿਆ ਕਿ ਸਤਿਗੁਰੂ ਨਾਨਕ ਅੱਜ ਕੱਲ੍ਹ ਰਾਵੀ ਦੇ ਕੰਢੇ ਪਿੰਡ ਕਰਤਾਰਪੁਰ ਵਿਚ ਰਹਿੰਦੇ ਹਨ।

ਭਾਈ ਲਹਿਣਾ ਨੇ ਜਪੁਜੀ ਸਾਹਿਬ ਯਾਦ ਕਰ ਲਿਆ। ਇਹ ਫ਼ੈਸਲਾ ਕੀਤਾ ਕਿ ਇਸ ਸਾਲ ਦੇਵੀ ਦੇ ਦਰਸ਼ਨ ਕਰਨ ਲਈ ਕਰਤਾਰਪੁਰ ਗੁਰੂ ਨਾਨਕ ਨੂੰ ਮਿਲ ਕੇ ਜਾਣਗੇ।

ਜਦ ਉਹ ਤੇ ਉਹਨਾਂ ਦੇ ਸਾਥੀ ਕਰਤਾਰਪੁਰ ਪਹੁੰਚੇ ਤਾਂ ਗੁਰੂ ਨਾਨਕ ਦੇਵ ਜੀ ਭਾਈ ਲਹਿਣਾ

ਨੂੰ ਮਿਲਣ ਲਈ ਆਪ ਆਏ। ਪਰ ਭਾਈ ਲਹਿਣੇ ਨੂੰ ਇਹ ਪਤਾ ਨਹੀਂ ਸੀ। ਉਸ ਨੇ ਗੁਰੂ ਨਾਨਕ ਦੇਵ ਜੀ ਕੋਲੋਂ ਹੀ ਗੁਰੂ ਨਾਨਕ ਦੇਵ ਜੀ ਦੇ ਰਹਿਣ ਦੀ ਥਾਂ ਬਾਰੇ ਪੁੱਛਿਆ। ਗੁਰੂ ਨਾਨਕ ਦੇਵ ਜੀ ਨੇ ਕਿਹਾ, "ਆ ਪੁਰਖਾ, ਮੇਰੇ ਪਿੱਛੇ ਘੋੜੀ ਲੈ ਆ।"

ਇਹ ਕਹਿ ਕੇ ਗੁਰੂ ਜੀ ਨੇ ਭਾਈ ਲਹਿਣੇ ਨੂੰ ਆਪਣੇ ਟਿਕਾਣੇ 'ਤੇ ਪਹੁੰਚਾਇਆ ਤੇ ਆਪ ਦੂਸਰੇ ਰਸਤੇ ਤੋਂ ਅੰਦਰ ਜਾ ਕੇ ਬੈਠ ਗਏ। ਭਾਈ ਲਹਿਣਾ ਜੀ ਨੇ ਕਿੱਲੇ ਨਾਲ ਘੋੜੀ ਬੰਨ੍ਹੀ ਤੇ ਅੰਦਰ ਚਲੇ ਗਏ। ਜਿਵੇਂ ਹੀ ਭਾਈ ਲਹਿਣਾ ਨੇ ਗੁਰੂ ਜੀ ਦੇ ਦਰਸ਼ਨ ਕੀਤੇ ਤਾਂ ਬਹੁਤ ਸ਼ਰਮਿੰਦੇ ਹੋਏ ਕਿ, ਇਹ ਤਾਂ ਉਹ ਹੀ ਮਹਾਂਪੁਰਖ ਹਨ, ਜੋ ਗਲੀ ਵਿੱਚੋਂ ਮੈਨੂੰ ਆਪ ਲੈ ਕੇ ਆਏ ਹਨ। ਭਾਈ ਲਹਿਣਾ ਗੁਰੂ ਜੀ ਦੀ ਨਿਮਰਤਾ ਦੇਖ ਕੇ ਹੈਰਾਨ ਰਹਿ ਗਏ। ਉਹਨਾਂ ਨੂੰ ਆਪਣੇ ਆਪ 'ਤੇ ਬਹੁਤ ਸ਼ਰਮ ਆਈ ਕਿ ਗੁਰੂ ਜੀ ਪੈਦਲ ਚੱਲ ਕੇ ਆਏ, ਪਰ ਆਪ ਉਹ ਘੋੜੀ 'ਤੇ ਬੈਠ ਕੇ ਆਏ। ਭਾਈ ਲਹਿਣਾ ਗੁਰੂ ਜੀ ਦੇ ਪੈਰਾਂ 'ਤੇ ਡਿੱਗ ਪਏ ਤੇ ਗੁਰੂ ਜੀ ਨੂੰ ਬੇਨਤੀ ਕੀਤੀ, "ਪਾਤਸ਼ਾਹ, ਮੈਨੂੰ ਆਪਣੇ ਚਰਨਾਂ ਵਿਚ ਰਹਿਣ ਦੀ ਆਗਿਆ ਬਖ਼ਸ਼ੋ।" ਗੁਰੂ ਜੀ ਮੁਸਕਰਾਏ। "ਭਾਈ ਗੁਰਮੁਖਾ, ਤੇਰਾ ਨਾਂ ਕੀ ਹੈ ?" ਗੁਰੂ ਜੀ ਨੇ ਪੁੱਛਿਆ। "ਜੀ, ਮੇਰਾ ਨਾਂ ਲਹਿਣਾ ਹੈ," ਭਾਈ ਲਹਿਣਾ ਨੇ ਹੱਥ ਜੋੜ ਕੇ ਜਵਾਬ ਦਿੱਤਾ। "ਗੁਰਮੁਖਾ, ਤੂੰ ਲੈਣਾ ਹੈ ਤੇ ਅਸੀਂ ਤੇਰਾ ਦੇਣਾ ਹੈ," ਗੁਰੂ ਜੀ ਮੁਸਕਰਾ ਕੇ ਬੋਲੇ। ਭਾਈ ਲਹਿਣੇ ਨੂੰ ਇਸ ਗੱਲ ਦੀ ਸਮਝ ਨਾ ਆਈ। ਗੁਰੂ ਜੀ ਜਾਣਦੇ ਸਨ ਕਿ ਭਾਈ ਲਹਿਣੇ ਨੇ ਇਕ ਦਿਨ ਗੁਰੂ-ਗੱਦੀ ਸੰਭਾਲਣੀ ਹੈ। ਸ੍ਰੀ ਲਹਿਣਾ ਜੀ ਉਸ ਦਿਨ ਤੋਂ ਬਾਦ ਗੁਰੂ ਨਾਨਕ ਦੇਵ ਜੀ ਕੋਲ ਰਹਿ ਕੇ ਸੇਵਾ ਕਰਨ ਲੱਗੇ। ਤੇ ਉਹਨਾਂ ਦੇ ਬਾਕੀ ਸਾਥੀ ਦੇਵੀ ਦੇ ਦਰਸ਼ਨਾਂ ਨੂੰ ਚਲੇ ਗਏ।

ਤਿੰਨ ਸਾਲ ਤਕ ਉਹਨਾਂ ਨੇ ਗੁਰੂ ਜੀ ਦੀ ਹਰ ਤਰ੍ਹਾਂ ਦੀ ਸੇਵਾ ਕੀਤੀ। ਗੁਰੂ ਨਾਨਕ ਦੇਵ ਜੀ ਉਹਨਾਂ ਦੀ ਸ਼ਰਧਾ, ਪਿਆਰ ਤੇ ਸੇਵਾ ਤੋਂ ਬਹੁਤ ਖ਼ੁਸ਼ ਹੋਏ।

ਅਭਿਆਸ

1. ਹੇਠ ਲਿਖੇ ਪ੍ਰਸ਼ਨਾਂ ਦੇ ਠੀਕ ਉੱਤਰ ਚੁਣੋ :

   ੧. ਭਾਈ ਲਹਿਣਾ ਕਿਸ ਦੀ ਪੂਜਾ ਕਰਦਾ ਸੀ ?

   (ੳ) ਗੁਰੂ ਨਾਨਕ ਦੀ।

   (ਅ) ਦੁਰਗਾ ਦੇਵੀ ਦੀ।

   (ੲ) ਪਰਮਾਤਮਾ ਦੀ।

   ੨. ਭਾਈ ਜੋਧਾ ਬਾਕੀ ਪਿੰਡ ਦੇ ਨਿਵਾਸੀਆਂ ਨਾਲੋਂ ਕਿਸ ਤਰ੍ਹਾਂ ਵੱਖਰਾ ਸੀ ?

   (ੳ) ਉਹ ਪਗੜੀ ਪਾਉਂਦਾ ਸੀ।

   (ਅ) ਉਹ ਇਕ ਛੋਟੇ ਜਿਹੇ ਘਰ ਵਿਚ ਰਹਿੰਦਾ ਸੀ।

   (ੲ) ਉਹ ਦੁਰਗਾ ਦੇਵੀ ਦੀ ਪੂਜਾ ਨਹੀਂ ਕਰਦਾ ਸੀ।

੩. ਭਾਈ ਲਹਿਣੇ ਨੂੰ ਗੁਰੂ ਨਾਨਕ ਬਾਰੇ ਕਿਸ ਤਰ੍ਹਾਂ ਪਤਾ ਲੱਗਿਆ ?

(ੳ) ਉਸ ਨੇ ਅਖ਼ਬਾਰ ਵਿਚ ਪੜ੍ਹਿਆ।

(ਅ) ਉਸ ਨੇ ਭਾਈ ਜੋਧੇ ਕੋਲੋਂ ਗੁਰੂ ਜੀ ਦੀ ਬਾਣੀ ਸੁਣੀ ਅਤੇ ਭਾਈ ਜੋਧੇ ਨੇ ਉਸ ਨੂੰ ਗੁਰੂ ਜੀ ਬਾਰੇ ਦੱਸਿਆ।

(ੲ) ਉਹ ਦੁਰਗਾ ਦੀ ਤੀਰਥ ਯਾਤਰਾ ਕਰਨ ਵੇਲੇ ਕਰਤਾਰਪੁਰ ਰੁਕਿਆ।

੪. ਜਦ ਭਾਈ ਲਹਿਣਾ ਘੋੜੀ ਨੂੰ ਕਿੱਲੇ ਨਾਲ ਬੰਨ੍ਹ ਕੇ ਗੁਰੂ ਨਾਨਕ ਦੇ ਘਰ ਅੰਦਰ ਗਏ ਤਾਂ ਉਹਨਾਂ ਨੇ ਕੀ ਦੇਖਿਆ ?

(ੳ) ਗੁਰੂ ਨਾਨਕ ਦੇਵ ਜੀ ਕੀਰਤਨ ਕਰ ਰਹੇ ਸਨ।

(ਅ) ਗੁਰੂ ਨਾਨਕ ਦੇਵ ਜੀ ਉਹ ਹੀ ਇਨਸਾਨ ਸਨ, ਜਿਹੜੇ ਭਾਈ ਲਹਿਣਾ ਨੂੰ ਆਪਣੇ ਘਰ ਤਕ ਲੈ ਕੇ ਆਏ ਸਨ।

(ੲ) ਗੁਰੂ ਨਾਨਕ ਦੇਵ ਜੀ ਘਰ ਵਿਚ ਨਹੀਂ ਸਨ।

੫. ਜਦ ਭਾਈ ਲਹਿਣਾ ਨੇ ਗੁਰੂ ਜੀ ਨੂੰ ਦੇਖਿਆ ਤਾਂ ਉਹਨਾਂ ਨੇ ਕਿਸ ਤਰ੍ਹਾਂ ਮਹਿਸੂਸ ਕੀਤਾ ?

(ੳ) ਭਾਈ ਲਹਿਣਾ ਨੂੰ ਬਹੁਤ ਚੰਗਾ ਲੱਗਾ।

(ਅ) ਭਾਈ ਲਹਿਣਾ ਨੂੰ ਗੁਰੂ ਨਾਨਕ ਦੀ ਨਿਮਰਤਾ ਦੇਖ ਕੇ ਆਪਣੇ ਆਪ 'ਤੇ ਸ਼ਰਮ ਆਈ।

(ਸ) ਭਾਈ ਲਹਿਣਾ ਨੂੰ ਬਹੁਤ ਡਰ ਲੱਗਾ।

2. ਹੇਠਾਂ ਲਿਖੇ ਪ੍ਰਸ਼ਨਾਂ ਦੇ ਉੱਤਰ ਲਿਖੋ :

੧. ਭਾਈ ਜੋਧੇ 'ਤੇ ਖਡੂਰ ਪਿੰਡ ਦੇ ਲੋਕ ਕਿਉਂ ਹੱਸਦੇ ਸਨ ?

_____

_____

੨. ਭਾਈ ਜੋਧੇ ਨੂੰ ਮਿਲਣ ਤੋਂ ਬਾਦ ਭਾਈ ਲਹਿਣਾ ਨੇ ਕੀ ਕੀਤਾ ?

_____

_____

੩. ਗੁਰੂ ਨਾਨਕ ਦੇਵ ਜੀ ਭਾਈ ਲਹਿਣਾ ਤੋਂ ਕਿਉਂ ਖ਼ੁਸ਼ ਹੋਏ ?

_____

_____

3. ਹੇਠਾਂ ਲਿਖੇ ਸ਼ਬਦਾਂ ਲਈ ਤਸਵੀਰਾਂ ਬਣਾਓ :

ਹੈਰਾਨ ਚਿਹਰਾ

ਸ਼ਰਮ ਵਾਲਾ ਚਿਹਰਾ

ਹੱਸਦਾ ਚਿਹਰਾ

4. ਹੇਠਾਂ ਲਿਖੇ ਸ਼ਬਦਾਂ ਨੂੰ ਵਾਕਾਂ ਵਿਚ ਵਰਤੋ :

ਜਪੁਜੀ ਸਾਹਿਬ   ਪਾਠ   ਘੋੜੀ   ਸ਼ਬਦ

_____

_____

_____

_____

ਪਾਠ 12

ਭਾਈ ਲਹਿਣਾ ਜੀ ਦੀ ਪ੍ਰੀਖਿਆ

ਇਸ ਪਾਠ ਵਿਚ ਆਏ ਮੁਸ਼ਕਲ ਸ਼ਬਦਾਂ ਨੂੰ ਬੋਲਣਾ ਤੇ ਉਹਨਾਂ ਦੇ ਮਤਲਬ ਸਿਖੋ।

ਪੱਖਾ ਕਰਨਾ	to fan	ਭੋਜਨ	food	ਚਿੱਕੜ	mud
ਆਗਿਆ	permission	ਅਸੂਲ	principles	ਝੂਣਨਾ	to shake
ਆਦਰ	respect	ਭਾਂਡੇ ਮਾਂਜਣਾ	to wash dishes	ਪ੍ਰੀਖਿਆ	test
ਫ਼ਟਾਫ਼ਟ	quickly	ਪੈਦਲ	to walk on foot	ਨਿਮਰਤਾ	humility
ਮੁਸਕਰਾਏ	smiled	ਉਤਾਵਲੇ	eager		

ਭਾਈ ਲਹਿਣਾ ਜੀ ਗੁਰੂ ਨਾਨਕ ਦੇਵ ਜੀ ਦੀ ਸੇਵਾ ਵਿਚ ਲੱਗ ਪਏ। ਉਹ ਗੁਰੂ ਜੀ ਨੂੰ ਪੱਖਾ ਕਰਦੇ, ਲੰਗਰ ਵਿਚ ਭਾਂਡੇ ਮਾਂਜਦੇ ਤੇ ਹੋਰ ਜੋ ਵੀ ਕੰਮ ਗੁਰੂ ਜੀ ਕਹਿੰਦੇ, ਆਪ ਖ਼ੁਸ਼ੀ ਨਾਲ ਕਰਦੇ।

ਕੁਝ ਦਿਨਾਂ ਬਾਦ ਗੁਰੂ ਨਾਨਕ ਦੇਵ ਜੀ ਨੇ ਭਾਈ ਲਹਿਣੇ ਨੂੰ ਘਰ ਵਾਪਸ ਜਾਣ ਦੀ ਆਗਿਆ ਦਿੱਤੀ। ਭਾਈ ਲਹਿਣਾ ਜੀ ਵਾਪਸ ਖਡੂਰ ਸਾਹਿਬ ਚਲੇ ਗਏ। ਉਥੇ ਉਹਨਾਂ ਦਾ ਦਿਲ ਨਾ ਲੱਗਿਆ ਤੇ ਆਪ ਵਾਪਸ ਕਰਤਾਰਪੁਰ ਨੂੰ ਚੱਲ ਪਏ। ਭਾਵੇਂ ਕਿ ਭਾਈ ਲਹਿਣਾ ਜੀ ਬਹੁਤ ਅਮੀਰ ਘਰ ਦੇ ਸਨ, ਉਹ ਕਰਤਾਰਪੁਰ ਪੈਦਲ ਹੀ ਗਏ ਤੇ ਸਿਰ ਉੱਤੇ ਇਕ ਲੂਣ ਦੀ ਭਾਰੀ ਪੰਡ ਚੁਕ ਕੇ ਲੈ ਗਏ। ਇਹ ਲੂਣ ਲੰਗਰ ਲਈ ਸੀ।

ਕਰਤਾਰਪੁਰ ਪਹੁੰਚੇ ਤਾਂ ਮਾਤਾ ਸੁਲੱਖਣੀ ਜੀ ਨੇ ਸਿਰ ਤੋਂ ਲੂਣ ਦੀ ਪੰਡ ਉਤਰਵਾਈ। ਆਦਰ ਨਾਲ ਬਿਠਾਇਆ। ਪਰ ਭਾਈ ਲਹਿਣਾ ਜੀ ਗੁਰੂ ਨਾਨਕ ਨੂੰ ਮਿਲਣ ਲਈ ਉਤਾਵਲੇ ਸਨ। ਗੁਰੂ ਨਾਨਕ ਜੀ ਉਸ ਵੇਲੇ ਖੇਤਾਂ ਵਿਚ ਕੰਮ ਕਰ ਰਹੇ ਸਨ। ਭਾਈ ਲਹਿਣਾ ਜੀ ਗੁਰੂ ਜੀ ਦਾ ਪਤਾ ਕਰ ਕੇ ਫ਼ਟਾਫਟ ਖੇਤਾਂ ਵਿਚ ਪਹੁੰਚੇ।

ਖੇਤਾਂ ਵਿਚ ਗੁਰੂ ਜੀ ਤੇ ਹੋਰ ਸਿੱਖ ਘਾਹ ਪੱਤੇ ਕੱਢ ਰਹੇ ਸਨ। ਭਾਈ ਲਹਿਣਾ ਜੀ ਨੇ ਵੀ ਬੂਟੇ ਪੁੱਟਣੇ ਸ਼ੁਰੂ ਕਰ ਦਿੱਤੇ। ਭਾਈ ਲਹਿਣਾ ਜੀ ਨੇ ਕਦੀ ਇਹੋ ਜਿਹਾ ਕੰਮ ਕੀਤਾ ਨਹੀਂ ਸੀ। ਉਹ ਘਾਹ ਪੱਤਿਆਂ ਦੇ ਨਾਲ ਨਾਲ ਚੰਗੇ ਬੂਟੇ ਵੀ ਪੁੱਟਣ ਲੱਗੇ। ਗੁਰੂ ਨਾਨਕ ਦੇਵ ਜੀ ਨੇ ਜਦ ਇਹ ਦੇਖਿਆ ਤਾਂ ਮੁਸਕਰਾਏ ਅਤੇ ਉਹਨਾਂ ਨੇ ਭਾਈ ਲਹਿਣੇ ਨੂੰ, ਜੋ ਘਾਹ ਪੱਤੇ ਇਕੱਠੇ ਹੋਏ ਪਏ ਸਨ, ਘਰ ਲਿਜਾ ਕੇ ਮੱਝਾਂ-ਗਾਵਾਂ ਨੂੰ ਖੁਆਉਣ ਲਈ ਕਿਹਾ।

ਭਾਈ ਲਹਿਣਾ ਜੀ ਨੇ ਗੁਰੂ ਜੀ ਦਾ ਹੁਕਮ ਮੰਨਿਆ ਤੇ ਫਟਾਫਟ ਗੰਦੇ ਚਿੱਕੜ ਵਿਚ ਭਿੱਜੇ ਘਾਹ ਦੀ ਪੰਡ ਨੂੰ ਸਿਰ 'ਤੇ ਚੁੱਕ ਕੇ ਗੁਰੂ ਘਰ ਆ ਗਏ। ਉਹਨਾਂ ਦੇ ਸੋਹਣੇ ਕੱਪੜੇ ਚਿੱਕੜ ਨਾਲ ਲਿੱਬੜ ਗਏ। ਮਾਤਾ ਸੁਲੱਖਣੀ ਜੀ ਭਾਈ ਲਹਿਣੇ ਦਾ ਗੁਰੂ ਜੀ ਪ੍ਰਤਿ ਪਿਆਰ ਦੇਖ ਕੇ ਬਹੁਤ ਹੈਰਾਨ ਹੋਏ। ਜਦ ਗੁਰੂ ਜੀ ਘਰ ਆਏ ਤਾਂ ਉਹਨਾਂ ਨੇ ਗੁਰੂ ਜੀ ਨੂੰ ਪੁੱਛਿਆ, "ਆਪ ਨੇ ਭਾਈ ਲਹਿਣੇ ਦੇ ਸਿਰ 'ਤੇ ਇੰਨਾ ਗੰਦ ਵਾਲਾ ਭਾਰ ਕਿਉਂ ਚੁਕਾਇਆ ?" ਤਾਂ ਗੁਰੂ ਜੀ ਨੇ ਕਿਹਾ, "ਇਹ ਤਾਂ ਸਾਰੇ ਸੰਸਾਰ ਦਾ ਭਾਰ ਸਿਰ 'ਤੇ ਚੁੱਕਣ ਲਈ ਆਇਆ ਹੈ। ਇਹ ਪੰਡਾਂ ਦਾ ਭਾਰ ਤਾਂ ਕੁਝ ਵੀ ਨਹੀਂ।"

ਭਾਈ ਲਹਿਣੇ ਦੀ ਸੇਵਾ ਅਣਥੱਕ ਸੀ। ਇਕ ਵਾਰ ਬਹੁਤ ਮੀਂਹ ਪੈ ਰਿਹਾ ਸੀ। ਸਭ ਲੱਕੜ ਗਿੱਲੀ ਹੋ ਗਈ। ਸੰਗਤਾਂ ਬਹੁਤ ਇਕੱਠੀਆਂ ਹੋਈਆਂ, ਪਰ ਲੱਕੜ ਗਿੱਲੀ ਹੋਣ ਕਾਰਨ ਲੰਗਰ ਨਾ ਪੱਕ ਸਕਿਆ। ਗੁਰੂ ਜੀ ਨੇ ਆਪਣੇ ਵੱਡੇ ਪੁੱਤਰ ਸ੍ਰੀ ਚੰਦ ਨੂੰ ਕਿਹਾ, "ਪੁੱਤਰ, ਮੀਂਹ ਰੁਕਿਆ ਹੈ। ਬਾਹਰ ਜਾਉ, ਦਰਖ਼ਤ ਨੂੰ ਝੂਣੋ ਅਤੇ ਜੋ ਭੋਜਨ ਥੱਲੇ ਡਿੱਗੇ ਉਸ ਨੂੰ ਸੰਗਤਾਂ ਲਈ ਲੈ ਆਵੋ।"

ਸ੍ਰੀ ਚੰਦ ਜੀ ਹੱਸ ਕੇ ਬੋਲੇ, "ਪਿਤਾ ਜੀ, ਦਰੱਖ਼ਤਾਂ ਨਾਲ ਭੋਜਨ ਨਹੀਂ ਲੱਗਦੇ।"

ਗੁਰੂ ਜੀ ਨੇ ਫਿਰ ਛੋਟੇ ਪੁੱਤਰ ਲਖਮੀ ਦਾਸ ਜੀ ਨੂੰ ਬਾਹਰ ਜਾ ਕੇ ਦਰੱਖ਼ਤ ਝੂਣਨ ਲਈ ਕਿਹਾ। ਲਖਮੀ ਦਾਸ ਨੇ ਵੀ ਸ੍ਰੀ ਚੰਦ ਵਾਲਾ ਹੀ ਜਵਾਬ ਦਿੱਤਾ।

ਫਿਰ ਗੁਰੂ ਜੀ ਨੇ ਭਾਈ ਲਹਿਣਾ ਨੂੰ ਬਾਹਰ ਜਾ ਕੇ ਦਰੱਖ਼ਤ ਹਿਲਾ ਕੇ ਸੰਗਤ ਲਈ ਭੋਜਨ ਲਿਆਉਣ ਲਈ ਕਿਹਾ। ਭਾਈ ਲਹਿਣਾ ਜੀ ਦਰੱਖ਼ਤ 'ਤੇ ਚੜ੍ਹ ਗਏ ਤੇ ਉਹਨਾਂ ਨੇ ਦਰੱਖ਼ਤ ਨੂੰ ਝੂਣਿਆ। ਦਰੱਖ਼ਤ ਤੋਂ ਜੋ ਵੀ ਫਲ ਡਿੱਗੇ, ਸੰਗਤਾਂ ਖਾ ਕੇ ਰੱਜ ਗਈਆਂ।

ਮੀਂਹਾਂ ਦੇ ਦਿਨਾਂ ਵਿਚ ਹੀ ਇਕ ਵਾਰ ਧਰਮਸਾਲਾ ਦੀ ਕੰਧ ਡਿੱਗ ਪਈ। ਗੁਰੂ ਜੀ ਨੇ ਸ੍ਰੀ ਚੰਦ ਤੇ ਲਖਮੀ ਦਾਸ ਨੂੰ ਕੰਧ ਬਣਾਉਣ ਲਈ ਕਿਹਾ। ਦੋਨਾਂ ਨੇ ਕਿਹਾ, "ਜੀ ਦਿਨ ਚੜ੍ਹ ਲੈਣ ਦਿਓ ਤੇ ਮੀਂਹ ਰੁਕ ਲੈਣ ਦਿਓ, ਫਿਰ ਕੰਧ ਬਣਾਵਾਂਗੇ।"

ਗੁਰੂ ਜੀ ਨੇ ਜਦ ਭਾਈ ਲਹਿਣੇ ਨੂੰ ਕੰਧ ਬਣਾਉਣ ਲਈ ਕਿਹਾ ਤਾਂ ਭਾਈ ਲਹਿਣਾ ਜੀ 'ਸਤਿ ਬਚਨ' ਕਹਿ ਕੇ ਕੰਧ ਬਣਾਉਣ ਲੱਗ ਪਏ। ਮੀਂਹ ਵਿਚ ਕੰਧ ਫਿਰ ਡਿੱਗ ਪਈ। ਭਾਈ ਲਹਿਣਾ ਫਿਰ ਬਣਾਉਣ ਲੱਗ ਪਏ। ਕੰਧ ਫਿਰ ਡਿੱਗ ਪਈ। ਸਾਰੀ ਰਾਤ ਭਾਈ ਲਹਿਣਾ ਜੀ ਕੰਧ ਬਣਾਉਂਦੇ ਰਹੇ ਤੇ ਕੰਧ ਡਿੱਗਦੀ ਰਹੀ। ਭਾਈ ਲਹਿਣਾ ਜੀ ਨੇ ਗੁਰੂ ਜੀ ਦਾ ਕਿਹਾ ਮੰਨਿਆ।

ਇਕ ਵਾਰ ਸਰਦੀਆਂ ਦੇ ਦਿਨਾਂ ਵਿਚ ਗੁਰੂ ਜੀ ਨਹਾਉਣ ਲਈ ਰਾਵੀ ਦਰਿਆ 'ਤੇ ਗਏ। ਕਈ ਸਿੱਖ ਆਪ ਦੇ ਨਾਲ ਸਨ। ਮੀਂਹ ਪੈ ਰਿਹਾ ਸੀ। ਸਾਰੇ ਸਿੱਖ ਇਕ ਇਕ ਕਰਕੇ ਵਾਪਸ ਘਰ ਚਲੇ ਗਏ, ਪਰ ਭਾਈ ਲਹਿਣਾ ਜੀ ਗੁਰੂ ਜੀ ਦੇ ਕੱਪੜੇ ਲੈ ਕੇ ਉਥੇ ਹੀ ਬੈਠੇ ਰਹੇ। ਉਹ ਸਰਦੀ ਨਾਲ ਠੰਡੇ ਹੋ ਗਏ, ਪਰ ਗੁਰੂ ਜੀ ਨੂੰ ਛਡ ਕੇ ਨਹੀਂ ਗਏ।

ਇਸ ਤਰ੍ਹਾਂ ਭਾਈ ਲਹਿਣਾ ਜੀ ਦੀ ਪ੍ਰੀਖਿਆ ਗੁਰੂ ਜੀ ਨੇ ਕਈ ਵਾਰੀ ਲਈ। ਭਾਈ ਲਹਿਣਾ

ਜੀ ਹਰ ਵਾਰ ਪ੍ਰੀਖਿਆ ਵਿਚ ਪੂਰੇ ਉਤਰੇ। ਗੁਰੂ ਨਾਨਕ ਦੇਵ ਜੀ ਨੇ ਭਾਈ ਲਹਿਣਾ ਜੀ ਦੀ ਪ੍ਰੀਖਿਆ ਇਸ ਕਰਕੇ ਲਈ ਤਾਂ ਕਿ ਗੁਰੂ ਘਰ ਲਈ ਭਾਈ ਲਹਿਣਾ ਜੀ ਦਾ ਪਿਆਰ ਤੇ ਸ਼ਰਧਾ ਪੱਕੀ ਹੋ ਜਾਵੇ ਅਤੇ ਮਨ ਵਿਚ ਨਿਮਰਤਾ ਆਵੇ। ਗੁਰੂ ਨਾਨਕ ਦੇਵ ਜੀ ਨੇ ਭਾਈ ਲਹਿਣਾ ਜੀ ਨੂੰ ਗੁਰੂ ਅੰਗਦ ਨਾਂ ਦੇ ਕੇ ਸਵਾਰਿਆ ਅਤੇ ਉਨ੍ਹਾਂ ਨੂੰ ਸਮਾਂ ਆਉਣ 'ਤੇ ਗੁਰੂ-ਗੱਦੀ ਸੌਂਪ ਦਿੱਤੀ। ਗੁਰੂ ਅੰਗਦ ਦੇਵ ਜੀ ਗੁਰੂ ਬਣ ਕੇ ਗੁਰੂ ਨਾਨਕ ਦੇਵ ਜੀ ਦੇ ਅਸੂਲ ਸਿੱਖਾਂ ਤਕ ਪਹੁੰਚਾਉਂਦੇ ਰਹੇ।

ਅਭਿਆਸ

1. ਹੇਠਾਂ ਲਿਖੇ ਪ੍ਰਸ਼ਨਾਂ ਦੇ ਠੀਕ ਉੱਤਰ ਚੁਣੋ:

੧. ਭਾਈ ਲਹਿਣਾ ਜੀ ਖਡੂਰ ਤੋਂ ਕੀ ਲੈ ਕੇ ਆਏ ?
(ੳ) ਸੁਹਣੇ ਕੱਪੜੇ।
(ਅ) ਲੰਗਰ ਵਾਸਤੇ ਲੂਣ ਦੀ ਪੰਡ।
(ੲ) ਗੁਰੂ ਜੀ ਲਈ ਸੁਗਾਤਾਂ।

੨. ਜਦ ਭਾਈ ਲਹਿਣਾ ਜੀ ਖਡੂਰ ਤੋਂ ਵਾਪਸ ਮੁੜੇ ਤਾਂ ਗੁਰੂ ਨਾਨਕ ਕਿਥੇ ਸਨ ?
(ੳ) ਘਰ ਵਿਚ।
(ਅ) ਖੇਤਾਂ ਵਿਚ।
(ੲ) ਬਾਗ਼ ਵਿਚ।

੩. ਗੁਰੂ ਨਾਨਕ ਦੇ ਦੋ ਪੁੱਤਰਾਂ ਦੇ ਨਾਂ ਕੀ ਸਨ ?
(ੳ) ਚੰਦ ਤੇ ਲਖਮੀ।
(ਅ) ਸ੍ਰੀ ਚੰਦ ਤੇ ਸ੍ਰੀ ਲਖਮੀ ਚੰਦ।
(ੲ) ਸ੍ਰੀ ਚੰਦ ਤੇ ਸ੍ਰੀ ਲਖਮੀ ਦਾਸ।

੪. ਗੁਰੂ ਨਾਨਕ ਦੇਵ ਜੀ ਨੇ ਭਾਈ ਲਹਿਣਾ ਨੂੰ ਵੱਸਦੇ ਮੀਂਹ ਵਿਚ ਹੀ ਕੰਧ ਬਣਾਉਣ ਲਈ ਕਿਉਂ ਕਿਹਾ ?
(ੳ) ਗੁਰੂ ਜੀ ਨੂੰ ਡਿੱਗੀ ਕੰਧ ਚੰਗੀ ਨਾ ਲੱਗੀ।
(ਅ) ਉਹ ਭਾਈ ਲਹਿਣਾ ਦੀ ਪ੍ਰੀਖਿਆ ਲੈ ਰਹੇ ਸਨ।
(ੲ) ਕਿਉਂਕਿ ਹੋਰ ਕੋਈ ਵੀ ਸਿੱਖ ਕੰਧ ਬਣਾਉਣ ਲਈ ਤਿਆਰ ਨਹੀਂ ਸੀ।

੫. ਗੁਰੂ ਨਾਨਕ ਦੇਵ ਜੀ ਭਾਈ ਲਹਿਣਾ ਦੀ ਪ੍ਰੀਖਿਆ ਕਿਉਂ ਲੈਂਦੇ ਸਨ ?
(ੳ) ਇਹ ਦੇਖਣ ਲਈ ਕਿ ਭਾਈ ਲਹਿਣਾ ਕਿੰਨੇ ਸਿਆਣੇ ਹਨ।
(ਅ) ਇਹ ਦੇਖਣ ਲਈ ਕਿ ਭਾਈ ਲਹਿਣਾ ਦੇ ਦਿਲ ਵਿਚ ਗੁਰੂ ਸਾਹਿਬ ਲਈ ਕਿੰਨਾ ਕੁ ਪਿਆਰ ਹੈ।
(ੲ) ਭਾਈ ਲਹਿਣਾ ਦੇ ਮਨ ਵਿਚ ਨਿਮਰਤਾ ਲਿਆਉਣ ਲਈ ਤੇ ਉਹਨਾਂ ਦੇ ਮਨ ਵਿਚ ਗੁਰੂ ਘਰ ਲਈ ਸ਼ਰਧਾ ਤੇ ਪਿਆਰ ਪੱਕਾ ਕਰਨ ਲਈ।

2. ਹੇਠਾਂ ਲਿਖੇ ਪ੍ਰਸ਼ਨਾਂ ਦੇ ਉੱਤਰ ਲਿਖੋ:

੧. ਭਾਈ ਲਹਿਣਾ ਜੀ ਖਡੂਰ ਵਿਚ ਆਪਣਾ ਘਰ ਛੱਡ ਕੇ ਵਾਪਸ ਕਰਤਾਰਪੁਰ ਕਿਉਂ ਆ ਗਏ ?

___

੨. ਭਾਈ ਲਹਿਣਾ ਜੀ ਘਾਹ-ਪੱਤਿਆਂ ਦੇ ਨਾਲ ਨਾਲ ਚੰਗੇ ਬੂਟੇ ਕਿਉਂ ਪੁੱਟ ਰਹੇ ਸਨ ?

____

੩. ਭਾਈ ਲਹਿਣਾ ਅਤੇ ਗੁਰੂ ਨਾਨਕ ਦੇ ਪੁੱਤਰਾਂ ਵਿਚ ਇਕ ਵੱਡਾ ਫ਼ਰਕ ਕੀ ਸੀ ?

____

੪. ਕੀ ਤੁਹਾਨੂੰ ਆਪਣੇ ਮਾਤਾ-ਪਿਤਾ ਦਾ ਹਰ ਕਹਿਣਾ ਮੰਨਣਾ ਚਾਹੀਦਾ ਹੈ ? ਕਿਉਂ ਜਾਂ ਕਿਉਂ ਨਹੀਂ ?

____

3. ਠੀਕ ਜਾਂ ਗ਼ਲਤ ?

੧. ਭਾਈ ਲਹਿਣਾ ਗੁਰੂ ਨਾਨਕ ਦੀ ਬਾਣੀ ਸੁਣ ਕੇ ਸਿੱਖ ਧਰਮ ਵਿਚ ਆਏ। __________

੨. ਭਾਈ ਲਹਿਣਾ ਜੀ ਇਕ ਅਮੀਰ ਪਰਿਵਾਰ ਵਿੱਚੋਂ ਸਨ। __________

ਸ਼ਬਦ-ਖੋਜ

ਹੇਠਾਂ ਲਿਖੇ ਸ਼ਬਦ ਲੱਭੋ :

ਆ	ਦ	ਰ	ਲਾ	ਕੱ	ਚੰ	ਖ਼ੁ	ਸ਼ੀ	ਈ	ਘਾ	ਟਾ	ਨ
ਪੱ	ਖੇ	ਰਿ	ਸ਼	ਪ	ਭੋ	ਜ	ਨ	ਚਿੱ	ਕ	ੜ	ਫ਼
ਲੂ	ਣ	ਰ	ਰ	ੜੇ	ਲੰ	ਗ	ਰ	ਫ਼	ਟਾ	ਫ਼	ਟ
ਲ	ਦ	ਭਾਂ	ਮਿੰ	ਅ	ਪ	ਭਾਂ	ਡੇ	ਟਾ	ਗ	ਅ	ਤ
ਕ	ਰ	ਤਾ	ਰ	ਪੁ	ਰ	ਵਾ	ਪੈ	ਦ	ਲ	ਸੂ	ਣਾ
ਪੰ	ਖ਼	ਰੂ	ਪ੍ਰੀ	ਖਿ	ਸ਼	ਖ	ਸੋ	ਹ	ਣੇ	ਲ	ਰ
ਪੰ	ਤ	ਤ	ਖਿ	ਮਾ	ਬਾ	ਡੂ	ਪੱ	ਸਿ	ਰ	ਰ	ਜ
ਡ	ਆ	ਦੀ	ਆ	ਗਿ	ਆ	ਰ	ਬ	ਪੱ	ਖਾ	ਮੁ	ਨ

ਆਗਿਆ | ਆਦਰ | ਭਾਂਡੇ | ਫ਼ਟਾਫ਼ਟ | ਅਸੂਲ

ਚਿੱਕੜ | ਕੱਪੜੇ | ਪੈਦਲ | ਪ੍ਰੀਖਿਆ | ਭੋਜਨ

ਪੱਖਾ | ਲੰਗਰ | ਖ਼ੁਸ਼ੀ | ਖਡੂਰ | ਲੂਣ

ਕਰਤਾਰਪੁਰ | ਸਿਰ | ਪੰਡ | ਸੋਹਣੇ | ਦਰਖ਼ਤ

ਕੀ ਤੁਸੀਂ ਕੋਈ ਹੋਰ ਪੰਜਾਬੀ ਦੇ ਸ਼ਬਦ ਲੱਭ ਸਕਦੇ ਹੋ ?

____

ਪਾਠ 13
ਸਭ ਦੇ ਸਾਂਝੇ ਗੁਰੂ

ਇਸ ਪਾਠ ਵਿਚ ਆਏ ਮੁਸ਼ਕਲ ਸ਼ਬਦਾਂ ਨੂੰ ਬੋਲਣਾ ਤੇ ਉਹਨਾਂ ਦੇ ਮਤਲਬ ਸਿਖੋ।

ਸਾਂਝੇ	common	ਨਰੋਇਆ	nutritious	ਸੱਚਮੁੱਚ	truly
ਕਸਰਤ	excercise	ਅਲੋਪ ਹੋਣਾ	to disappear	ਮੋਢੀ	leader
ਸਸਕਾਰ	cremation	ਤੰਦਰੁਸਤ	healthy	ਤਾਜ਼ਾ	fresh
ਮੁਤਾਬਕ	according to	ਕੁਮਲਾਉਣਾ	to wilt	ਧਿਰ	side
ਦੇਹ/ਸਰੀਰ	body	ਝਗੜਾ	argument	ਪਰਿਵਾਰ	family
ਸੱਚਖੰਡ	heaven	ਰੀਤ	tradition	ਧਰਮ	religion
ਦਬਾਉਣਾ/ ਦਫ਼ਨ ਕਰਨਾ	to bury	ਜੋਤੀ ਜੋਤਿ ਸਮਾਉਣਾ	to pass away	ਖੇਤ	fields

ਦੁਨੀਆ ਨੂੰ ਸਿੱਧੇ ਰਸਤੇ 'ਤੇ ਪਾ ਕੇ, ਗੁਰੂ ਨਾਨਕ ਦੇਵ ਜੀ ਕਰਤਾਰਪੁਰ ਵਿਚ ਆ ਕੇ ਰਹਿਣ ਲੱਗੇ। ਉਥੇ ਉਹ ਖੇਤੀ ਦਾ ਕੰਮ ਕਰਦੇ ਸਨ। ਉਹਨਾਂ ਦੀ ਉਮਰ ਸੱਤਰ (70) ਸਾਲ ਦੀ ਸੀ, ਪਰ ਉਹਨਾਂ ਦਾ ਸਰੀਰ ਬਹੁਤ ਤੰਦਰੁਸਤ ਸੀ। ਗੁਰੂ ਜੀ ਖੇਤਾਂ ਵਿਚ ਕੰਮ ਕਰ ਕੇ ਸਰੀਰ ਦੀ ਕਸਰਤ ਕਰਦੇ ਸਨ। ਖਾਣਾ ਵੀ ਤਾਜ਼ਾ ਅਤੇ ਨਰੋਇਆ ਖਾਂਦੇ ਸਨ। ਹਰ ਵੇਲੇ ਖ਼ੁਸ਼ ਰਹਿੰਦੇ ਸਨ। ਉਹ ਸਭ ਦਾ ਭਲਾ ਕਰਦੇ ਸਨ। ਗੁਰੂ ਜੀ ਕਿਰਤ ਕਰਦੇ, ਵੰਡ ਕੇ ਛਕਦੇ, ਨਾਮ ਜਪਦੇ ਤੇ ਹੋਰਾਂ ਨੂੰ ਜਪਾਉਂਦੇ ਸਨ। ਲੰਗਰ ਹਰ ਕਿਸੇ ਲਈ ਖੁੱਲ੍ਹਾ ਸੀ। ਗੁਰੂ ਜੀ ਉਹ ਹੀ ਕੰਮ ਕਰਦੇ ਸਨ, ਜੋ ਕਿ ਉਹ ਆਪਣੇ ਸਿੱਖਾਂ ਨੂੰ ਸਿਖਾਉਣਾ ਚਾਹੁੰਦੇ ਸਨ। ਉਹ ਇਕ ਚੰਗਾ ਜੀਵਨ ਜੀ ਰਹੇ ਸਨ।

ਇਸ ਤਰ੍ਹਾਂ ਗੁਰੂ ਜੀ ਦੇ ਸਿੱਖਾਂ ਦੀ ਗਿਣਤੀ ਦਿਨੋ ਦਿਨ ਵਧਦੀ ਗਈ। ਸਾਰੇ ਸਿੱਖ ਇਕ ਵੱਡੇ ਪਰਿਵਾਰ ਦੀ ਤਰ੍ਹਾਂ ਰਹਿੰਦੇ ਸਨ। ਇਹਨਾਂ ਵਿੱਚੋਂ ਕਈ ਪਹਿਲਾਂ ਹਿੰਦੂ ਸਨ ਤੇ ਕਈ ਇਸਲਾਮ ਧਰਮ ਦੇ ਮੁਸਲਮਾਨ। ਪਰ ਹੁਣ ਸਭ ਗੁਰੂ ਜੀ ਦੇ ਸਿੱਖ ਸਨ। ਗੁਰੂ ਨਾਨਕ ਦੇਵ ਜੀ ਇਸ ਪਰਿਵਾਰ ਦੇ ਮੋਢੀ ਸਨ, ਸਾਂਝੇ ਪਿਤਾ ਸਨ।

ਜਦ ਗੁਰੂ ਜੀ ਦੇ ਜੋਤੀ ਜੋਤਿ ਸਮਾਉਣ ਦਾ ਸਮਾਂ ਆਇਆ ਤਾਂ ਗੁਰੂ ਜੀ ਨੇ ਭਾਈ ਲਹਿਣਾ

ਨੂੰ ਕੋਲ ਬੁਲਾਇਆ ਅਤੇ ਉਹਨਾਂ ਨੂੰ ਗੁਰੂ-ਗੱਦੀ ਸੌਂਪ ਦਿੱਤੀ। ਇਸ ਸਮੇਂ ਗੁਰੂ ਦੇ ਸਿੱਖਾਂ ਵਿਚ ਝਗੜਾ ਸ਼ੁਰੂ ਹੋ ਗਿਆ। ਜੋ ਪਹਿਲਾਂ ਹਿੰਦੂ ਸਨ, ਉਹ ਕਹਿਣ ਕਿ "ਅਸੀਂ ਗੁਰੂ ਜੀ ਦੀ ਦੇਹ ਦਾ ਸਸਕਾਰ ਹਿੰਦੂ ਧਰਮ ਮੁਤਾਬਕ ਕਰਨਾ ਹੈ।" ਤੇ ਜੋ ਪਹਿਲਾਂ ਮੁਸਲਮਾਨ ਸਨ, ਉਹ ਕਹਿਣ ਕਿ "ਅਸੀਂ ਗੁਰੂ ਜੀ ਦੀ ਦੇਹ ਨੂੰ ਮੁਸਲਮਾਨ ਰੀਤ ਨਾਲ ਦਬਾਉਣਾ ਹੈ।" ਗੁਰੂ ਜੀ ਨੇ ਕਿਹਾ, "ਤੁਸੀਂ ਦੋਹਾਂ ਧਿਰਾਂ ਨੇ ਮੇਰੇ ਸਰੀਰ ਦੇ ਦੋਨੋਂ ਪਾਸੇ ਫੁੱਲ ਰੱਖ ਦੇਣੇ। ਜਿਸ ਪਾਸੇ ਦੇ ਫੁੱਲ ਸਵੇਰ ਤਕ ਕੁਮਲਾਉਣ ਨਾ, ਉਹ ਧਿਰ ਮੇਰੇ ਸਰੀਰ ਦਾ ਜਿਸ ਤਰ੍ਹਾਂ ਚਾਹੇ, ਜਲਾ ਕੇ ਸਸਕਾਰ ਕਰੇ ਜਾਂ ਦਫ਼ਨ ਕਰੇ।"

ਗੁਰੂ ਜੀ ਨੇ ਸਿੱਖ ਸੰਗਤਾਂ ਨੂੰ ਕੀਰਤਨ ਕਰਨ ਦਾ ਹੁਕਮ ਕੀਤਾ। ਸੰਗਤਾਂ ਕੀਰਤਨ ਕਰਨ ਲੱਗੀਆਂ ਤੇ ਗੁਰੂ ਜੀ ਨੇ ਮੂੰਹ 'ਤੇ ਚਾਦਰ ਪਾ ਲਈ, ਮੂੰਹ ਤੋਂ 'ਵਾਹਿਗੁਰੂ' ਕਿਹਾ ਤੇ ਜੋਤੀ ਜੋਤਿ ਸਮਾ ਗਏ। ਕਹਿੰਦੇ ਹਨ ਕਿ ਸਵੇਰ ਵੇਲੇ ਦੋਨਾਂ ਪਾਸਿਆਂ ਦੇ ਫੁੱਲ ਤਾਜ਼ੇ ਰਹੇ ਤੇ ਕੁਮਲਾਏ ਨਹੀਂ। ਸੰਗਤਾਂ ਬਹੁਤ ਖ਼ੁਸ਼ ਸਨ। ਪਰ ਜਦ ਸੰਗਤਾਂ ਨੇ ਗੁਰੂ ਜੀ ਦੇ ਉਪਰੋਂ ਚਾਦਰ ਚੁੱਕੀ ਤਾਂ ਗੁਰੂ ਜੀ ਦੀ ਦੇਹ ਉਥੇ ਨਹੀਂ ਸੀ। ਉਹ ਅਲੋਪ ਸੀ। ਗੁਰੂ ਜੀ ਤਾਂ ਸੱਚਖੰਡ ਪਹੁੰਚ ਚੁੱਕੇ ਸਨ। ਗੁਰੂ ਨਾਨਕ ਦੇਵ ਜੀ ਸੱਚਮੁੱਚ ਸਭਨਾਂ ਦੇ ਸਾਂਝੇ ਗੁਰੂ ਸਨ।

ਅਭਿਆਸ

1. ਹੇਠਾਂ ਲਿਖੇ ਪ੍ਰਸ਼ਨਾਂ ਦੇ ਠੀਕ ਉੱਤਰ ਚੁਣੋ :

੧. ਗੁਰੂ ਨਾਨਕ ਦੇਵ ਜੀ ਦਾ ਸਰੀਰ ਸੱਤਰ ਸਾਲ ਦੀ ਉਮਰ ਵਿਚ ਵੀ ਤੰਦਰੁਸਤ ਕਿਉਂ ਸੀ ?
(ੳ) ਕਿਉਂਕਿ ਉਹ ਆਪਣੀ ਸਿਹਤ ਦਾ ਬਹੁਤ ਖ਼ਿਆਲ ਰੱਖਦੇ ਸਨ।
(ਅ) ਕਿਉਂਕਿ ਉਹ ਡਾਕਟਰ ਕੋਲ ਜਾਂਦੇ ਸਨ।
(ੲ) ਕਿਉਂਕਿ ਉਹ ਕਸਰਤ ਕਰਦੇ ਸਨ ਤੇ ਚੰਗਾ ਖਾਣਾ ਖਾਂਦੇ ਸਨ ਤੇ ਚੰਗਾ ਜੀਵਨ ਜੀਂਦੇ ਸਨ।

੨. ਗੁਰੂ ਨਾਨਕ ਦੇਵ ਜੀ ਕਿਸ ਤਰ੍ਹਾਂ ਦੇ ਕੰਮ ਕਰਦੇ ਸਨ ?
(ੳ) ਸਭ ਲੋਕਾਂ ਨਾਲੋਂ ਵੱਖਰੇ।
(ਅ) ਉਹ ਕੰਮ ਜਿਹੜੇ ਉਹ ਸਿੱਖਾਂ ਨੂੰ ਸਿਖਾਉਣਾ ਚਾਹੁੰਦੇ ਸਨ।
(ੲ) ਉਹ ਕੰਮ ਜਿਨ੍ਹਾਂ ਨਾਲ ਕਿਸੇ ਦਾ ਮਨ ਨਾ ਦੁਖੇ।

੩. ਗੁਰੂ ਜੀ ਦੇ ਸਿੱਖ ਕਿਹੜੇ ਕਿਹੜੇ ਧਰਮਾਂ ਤੋਂ ਆਏ ਸਨ ?
(ੳ) ਹਿੰਦੂ ਤੇ ਸਿੱਖ ਧਰਮ ਵਿੱਚੋਂ।
(ਅ) ਹਿੰਦੂ ਤੇ ਇਸਲਾਮ ਧਰਮ ਵਿੱਚੋਂ।
(ੲ) ਸਭ ਧਰਮਾਂ ਵਿੱਚੋਂ।

੪. ਹਿੰਦੂ ਮਰਨ ਤੋਂ ਬਾਦ ਦੇਹ ਨੂੰ ਕੀ ਕਰਦੇ ਹਨ ?
(ੳ) ਦਫ਼ਨਾ ਦਿੰਦੇ ਹਨ।
(ਅ) ਸਸਕਾਰ ਕਰਦੇ ਹਨ।
(ੲ) ਪਾਣੀ ਵਿਚ ਸੁੱਟਦੇ ਹਨ।

੫. ਮੁਸਲਮਾਨ ਮਰਨ ਤੋਂ ਬਾਦ ਦੇਹ ਨੂੰ ਕੀ ਕਰਦੇ ਹਨ ?
(ੲ) ਪਾਣੀ ਵਿਚ ਸੁੱਟਦੇ ਹਨ।
(ੳ) ਦਫ਼ਨਾ ਦਿੰਦੇ ਹਨ।
(ਅ) ਸਸਕਾਰ ਕਰਦੇ ਹਨ।

੬. ਗੁਰੂ ਨਾਨਕ ਦੇਵ ਜੀ ਦੀ ਦੇਹ ਨੂੰ ਕੀ ਕੀਤਾ ਗਿਆ ?
(ੳ) ਦਫ਼ਨਾਇਆ ਗਿਆ।
(ਅ) ਜਲਾ ਕੇ ਸਸਕਾਰ ਕੀਤਾ ਗਿਆ।
(ੲ) ਉਹਨਾਂ ਦੀ ਦੇਹ ਅਲੋਪ ਹੋ ਗਈ।

2. ਹੇਠਾਂ ਲਿਖੇ ਸ਼ਬਦਾਂ ਨੂੰ ਵਾਕਾਂ ਵਿਚ ਵਰਤੋ :
ਤਾਜ਼ਾ ਸਰੀਰ ਤੰਦਰੁਸਤ ਝਗੜਾ ਸਿੱਖ

3. ਪੰਜਾਬੀ ਦੀ ਇਹ ਗਿਣਤੀ ਯਾਦ ਕਰੋ :

ਦਸ	੧੦	10
ਵੀਹ	੨੦	20
ਤੀਹ	੩੦	30
ਚਾਲ੍ਹੀ	੪੦	40
ਪੰਜਾਹ	੫੦	50
ਸੱਠ	੬੦	60
ਸੱਤਰ	੭੦	70
ਅੱਸੀ	੮੦	80
ਨੱਬੇ	੯੦	90
ਸੌ	੧੦੦	100

4. ਗੁਰੂ ਨਾਨਕ ਦੇਵ ਜੀ ਦੇ ਤਿੰਨ ਸੁਨਹਿਰੀ ਅਸੂਲ ਹਨ—ਕਿਰਤ ਕਰਨੀ, ਵੰਡ ਛਕਣਾ ਤੇ ਨਾਮ ਜਪਣਾ। ਇਹ ਤਿੰਨ ਅਸੂਲ ਤੁਸੀਂ ਆਪਣੀ ਜ਼ਿੰਦਗੀ ਵਿਚ ਕਿਸ ਤਰ੍ਹਾਂ ਅਪਣਾ ਸਕਦੇ ਹੋ ? ਤਸਵੀਰਾਂ ਰਾਹੀਂ ਜਾਂ ਸ਼ਬਦਾਂ ਰਾਹੀਂ ਇਹ ਤਿੰਨ ਅਸੂਲ ਦਿਖਾਓ।

੧. ਕਿਰਤ ਕਰਨੀ

੨. ਵੰਡ ਛਕਣਾ

੩. ਨਾਮ ਜਪਣਾ

5. ਠੀਕ ਜਾਂ ਗ਼ਲਤ ?

੧. ਗੁਰੂ ਨਾਨਕ ਦੇਵ ਜੀ ਸੱਤਰ ਸਾਲ ਦੀ ਉਮਰ ਵਿਚ ਵੀ ਤੰਦਰੁਸਤ ਸਨ। _____

੨. ਗੁਰੂ ਨਾਨਕ ਦੇਵ ਜੀ ਦੀ ਕਰਤਾਰਪੁਰ ਵਿਚ ਦੁਕਾਨ ਸੀ। _____

੩. ਗੁਰੂ ਨਾਨਕ ਦੇਵ ਜੀ ਕਰਤਾਰਪੁਰ ਵਿਚ ਖੇਤੀ ਕਰਦੇ ਸਨ। _____

੪. ਹਿੰਦੂ ਤੇ ਮੁਸਲਮਾਨ ਦੋਵੇਂ ਹੀ ਗੁਰੂ ਨਾਨਕ ਦੇਵ ਜੀ ਦੇ ਸਿੱਖ ਸਨ। _____

੫. ਗੁਰੂ ਨਾਨਕ ਦੇਵ ਜੀ ਦਾ ਹਿੰਦੂਆਂ ਨੇ ਸਸਕਾਰ ਕੀਤਾ। _____

6. ਹੇਠਾਂ ਲਿਖੀਆਂ ਘਟਨਾਵਾਂ ਦੇ ਸਾਹਮਣੇ ਲੜੀਵਾਰ ਨੰਬਰ ਲਿਖੋ :

(ੳ) _____ ਗੁਰੂ ਨਾਨਕ ਦੇਵ ਜੀ ਜੋਤੀ ਜੋਤਿ ਸਮਾ ਗਏ।

(ਅ) _____ ਗੁਰੂ ਨਾਨਕ ਦੇਵ ਜੀ ਕਰਤਾਰਪੁਰ ਰਹਿੰਦੇ ਸਨ।

(ੲ) _____ ਗੁਰੂ ਜੀ ਨੇ ਸੰਗਤਾਂ ਨੂੰ ਕੀਰਤਨ ਕਰਨ ਦਾ ਹੁਕਮ ਦਿੱਤਾ।

(ਸ) _____ ਸੰਗਤਾਂ ਵਿਚ ਝਗੜਾ ਸ਼ੁਰੂ ਹੋ ਗਿਆ।

(ਹ) _____ ਗੁਰੂ ਜੀ ਨੇ ਚਾਦਰ ਮੂੰਹ 'ਤੇ ਪਾ ਲਈ।

7. ਹੇਠਾਂ ਲਿਖੇ ਸ਼ਬਦ ਖ਼ਾਲੀ ਥਾਵਾਂ ਵਿਚ ਭਰੋ :

ਕਿਰਤ ਖ਼ੁਸ਼ ਨਾਮ ਸਭ ਸਨ ਸਿੱਖਾਂ

ਗੁਰੂ ਨਾਨਕ ਦੇਵ ਜੀ ਹਰ ਵੇਲੇ__________ਰਹਿੰਦੇ ਸਨ। ਉਹ__________ਦਾ ਭਲਾ ਕਰਦੇ ਸਨ। ਗੁਰੂ ਜੀ__________ਕਰਦੇ, ਵੰਡ ਛਕਦੇ, __________ਜਪਦੇ ਤੇ ਹੋਰਾਂ ਨੂੰ ਜਪਾਉਂਦੇ__________। ਉਹਨਾਂ ਦਾ ਲੰਗਰ ਹਰ ਕਿਸੇ ਲਈ ਖੁੱਲ੍ਹਾ ਸੀ। ਗੁਰੂ ਜੀ ਉਹ ਹੀ ਕੰਮ ਕਰਦੇ ਸਨ, ਜੋ ਕਿ ਉਹ ਆਪਣੇ__________ਨੂੰ ਸਿਖਾਉਣਾ ਚਾਹੁੰਦੇ ਸਨ।

ਸ਼ਬਦ-ਖੋਜ

ਹੇਠਾਂ ਲਿਖੇ ਸ਼ਬਦ ਲੱਭੋ :

ਸਾਂ	ਗ	ਸ	ਲਾ	ਕੀ	ਸੱ	ਚ	ਖੰ	ਡ	ਘਾ	ਤੰ	ਨ
ਝੇ	ਨੁ	ਕ	ਸ	ਰ	ਤ	ਸਾ	ਨਾ	ਰ	ਸ	ਦ	ਜ
ਦ	ਕ	ਰ	ਗੀ	ਤ	ਦ	ਇ	ਮ	ਤ	ਵੇ	ਰੁ	ਪ
ਪ	ਰਿ	ਵਾ	ਰ	ਨ	ਰੁ	ਸ	ਚਾ	ਦ	ਰ	ਸ	ਦੇ
ਲੰ	ਭਿ	ਮੁ	ਦਾ	ਮੁ	ਸ	ਲਾ	ਮਾ	ਨ	ਗੀ	ਤ	ਣਾ
ਗ	ਜ	ਪ	ਜੀ	ਹੁ	ਕ	ਮ	ਪ	ਅ	ਲੋ	ਪ	ਕੰ
ਰ	ਤਾ	ਜ	ਸ਼	ਕਿ	ਰ	ਤ	ਫੁੱ	ਲ	ਧ	ਰ	ਮ
ਸੁ	ਜ਼ਾ	ਦੀ	ਭੋ	ਜ	ਨ	ਨ	ਮ	ਇ	ਸ	ਲਾ	ਮ

ਸਾਂਝੇ	ਕਸਰਤ	ਸਰੀਰ	ਤੰਦਰੁਸਤ	ਪਰਿਵਾਰ
ਗੀਤ	ਤਾਜ਼ਾ	ਭੋਜਨ	ਕਿਰਤ	ਜਪਦੇ
ਲੰਗਰ	ਇਸਲਾਮ	ਮੁਸਲਮਾਨ	ਕੀਰਤਨ	ਹੁਕਮ
ਫੁੱਲ	ਚਾਦਰ	ਸਵੇਰ	ਅਲੋਪ	ਸੱਚਖੰਡ

ਕੀ ਤੁਸੀਂ ਕੋਈ ਹੋਰ ਪੰਜਾਬੀ ਦੇ ਸ਼ਬਦ ਲੱਭ ਸਕਦੇ ਹੋ ?

____